கம்யூனிஸ்டு அகிலம்

வரலாற்று சுருக்கம்

அ. சோபலெவ்
கி. ஷிரினியா
ஃபி. ஃபீர்சவ்

தமிழில்:
ரா. கிருஷ்ணையா

நியூ செஞ்சுரி புக் ஹவுஸ் (பி) லிட்.,
41-பி, சிட்கோ இண்டஸ்டிரியல் எஸ்டேட்,
அம்பத்தூர், சென்னை - 600 098.
☎: 044 - 26251968, 26258410, 26241288

Language: Tamil

Communist Akilam

Authors: **A. Sobolev, K. Shiriniya, F. Firsov**

Translator: **R. Krishnaiah**

N.C.B.H. First Edition: March, 2017

Second Edition: July, 2022

Copyright: Publisher

No.of Pages: 104

Publisher:

New Century Book House Pvt. Ltd.,

41-B, SIDCO Industrial Estate,

Ambattur, Chennai - 600 050.

Tamilnadu State, India.

email: info@ncbh.in

Online: www.ncbhpublisher.in

ISBN. 978 - 81 - 2343 - 713 - 2

Code No. A 3852

₹ 100/-

Branches

Ambattur (H.O.) 044 - 26359906, **Spenzer Plaza (Chennai)** 044-28490027 **Trichy** 0431-2700885 **Pudukkottai** 04322- 227773 **Thanjavur** 04362-231371 **Tirunelveli** 0462- 2323990, 4210990, **Madurai** 0452-2344106, 4374106 **Dindigul** 0451-2432172 **Coimbatore** 0422-2380554 **Erode** 0424-2256667 **Salem** 0427-2450817 **Hosur** 04344-245726 **Krishnagiri** 04343-234387 **Ooty** 0423- 2441743 **Vellore** 0416-2234495 **Villupuram** 04146-227800 **Pondicherry** 0413-2280101 **Nagercoil** 04652-234990

கம்யூனிஸ்டு அகிலம்

ஆசிரியர்கள்: **அ. சோபலெவ், கி.ஷிரினியா, ஃபி. ஃபீர்சவ்**

மொழிபெயர்ப்பாளர்: **ரா. கிருஷ்ணையா**

என்.சி.பி.எச். முதல் பதிப்பு: மார்ச், 2017

இரண்டாம் பதிப்பு: ஜூலை, 2022

அச்சிட்டோர்: **பாவை பிரிண்டர்ஸ் (பி) லிட்.,**

16 (142), ஜானி ஜான் கான் சாலை, இராயப்பேட்டை, சென்னை - 14

☎: 044-28482441

All rights reserved. No part of this book may be reprinted or reproduced or utilised in any form or by any electronic, mechanical, or other means, now known or hereafter invented, including photocopying and recording, or in any information storage or retrieval system, without permission in writing from the publishers.

பொருளடக்கம்

	பதிப்புரை	5
	முன்னுரை	7
1.	கம்யூனிஸ்டு அகிலம் நிறுவப்படுதல்	9
2.	வெகுஜனங்களுக்காக, தொழிலாளர்களது ஐக்கிய முன்னணிக்காகக் கம்யூனிஸ்டு அகிலத்தின் போராட்டம் (1921-1923)	28
3.	முதலாளித்துவம் பகுதியளவுக்கு நிலைபெற்ற காலத்திலும், சோவியத் யூனியனில் சோஷலிசக் கட்டுமானத்துக்கான லெனினியத் திட்டத்தை நிறைவேற்ற முழு முனைப்பான வேலைகள் நடைபெற்ற காலத்திலும் கம்யூனிஸ்டு அகிலம் (1924-1928)	39
4.	உலகப் பொருளாதார நெருக்கடிக்கும் சோவியத் யூனியனில் சோஷலிசத்தின் அடித்தளத்தின் கட்டுமானத்துக்குமாகிய ஆண்டுகளின் போது கம்யூனிஸ்டு அகிலம்	57
5.	பாசிஸத்துக்கும் யுத்தத்துக்கும் எதிராய்த் தொழிலாளர்களது, மக்களது கூட்டு முன்னணிக்கான போராட்டத்தில் கம்யூனிஸ்டு அகிலம் (1934-1939)	67
6.	மக்களது பாசிஸ்டு-எதிர்ப்புப் போராட்டத்தின் முன்வரிசையில் கம்யூனிஸ்டுக் கட்சிகளது வீரநடை கம்யூனிஸ்டு அகிலம் கலைக்கப்படுதல்	91

பதிப்புரை

இந்த நூல் கம்யூனிஸ்டு அகிலம் அல்லது மூன்றாம் அகிலம் அல்லது காமிர்ண்டான் என்றும் அழைக்கப்பட்ட உலகப் பொதுவுடைமை இயக்கங்களுடைய கூட்டமைப்பின் சுருக்கமான வரலாறு ஆகும். இதனை எழுதியோர் சோவியத் ஒன்றிய கம்யூனிஸ்டு கட்சி மையக் குழுவின் கீழ் செயல்பட்ட மார்க்சிய-லெனினிய ஆய்வு நிறுவனத்தைச் சேர்ந்த அறிஞர்கள் ஆவர். இந்நூலின் முதல் தமிழ்ப் பதிப்பை மாஸ்கோ, முன்னேற்றப் பதிப்பகம் 1976ஆம் ஆண்டு வெளியிட்டது.

கம்யூனிஸ்டு அகிலம் 1919 முதல் 1943 வரை செயல்பட்டது. இந்தக் காலத்தில் உலகப் புரட்சி இயக்கங்கள் முகம் கொடுத்த சிக்கல்கள் இவ் அகிலத்தில் விவாதிக்கப்பட்டன; தீர்மானங்கள் எடுக்கப்பட்டன. அதன் மூலம் புரட்சி இயக்கங்கள் வரலாற்றின் சக்கரத்தை முன் நகர்த்தி சென்றன.

2008ஆம் ஆண்டு முதல் தொடர்ந்து ஆழமடைந்து செல்கிற முதலாளித்துவ உலக நெருக்கடி, விட்டுவிட்டு, ஆனால் தொடர்ச்சியாக தீவிரமாக உணரப்படுகின்றது. இவ்வேளையில், முன்பு செயல்பட்ட அகிலங்கள் போன்று, உலக அளவிலான பொதுவுடைமை இயக்கங்களின் கூட்டமைப்பு ஒன்று நிறுவப்பட வேண்டும் என்ற எண்ணம் வலுத்து வருகின்றது. இந்த எண்ணம் தமிழில் மேலும் வலுப்பெறுவதற்கு இச்சிறுநூல் உறுதுணை ஆகும்.

முன்னுரை

லெனினது முன்முயற்சியாலும் அவரது நேரடிப் பங்குடனும் 1919 ஆம் ஆண்டில் நிறுவப்பெற்ற கம்யூனிஸ்டு அகிலம் புரட்சி இயக்கத்தின் வரலாற்றில் ஓர் உன்னத இடம் வகிக்கிறது.

தொழிலாளி வர்க்கத்தின் நலன்களுக்கும் சோஷலிச இலட்சியத் துக்கும் துரோகம் புரிந்த சமூக-தேசியவெறி, சீர்திருத்தவாதம் இவற்றின் எல்லா வகைகளையும் விடாப்பிடியாக எதிர்த்து நடை பெற்ற கடும் போராட்டத்தில் உதித்த இந்தக் கம்யூனிஸ்டு அகிலம், உலகத் தொழிலாளி வர்க்க இயக்கத்தின் புரட்சிகர மரபுகளை நேர் வாரிசு வழியில் வரப்பெற்ற சம்பத்தாக அடைந்து, அவற்றை மேலும் வளர்த்துச் சென்றது. அது கார்ல் மார்க்சும் ஃபிரீட்ரிஹ் எங்கெல்சும் வழிகாட்டி வந்த "கம்யூனிஸ்டுக் கழகம்," முதலாவது அகிலம் ஆகிய வற்றின் வரலாற்று வழித்தோன்றலாகத் திகழ்ந்தது, இரண்டாவது அகிலத்தின் சிறந்த இயல்புகள் யாவற்றையும் சுவீகரித்துக் கொண்டது.

வர்க்கப் போர்கள் மிகவும் கடுமையாகியிருந்த ஒரு காலத்தில், சமூக-ஜனநாயகமானது சந்தர்ப்பவாதமாகச் சீரழிந்து போயிருந்த போது, கம்யூனிஸ்டு அகிலம் உலகப் புரட்சி சக்திகளது போர்ப்படைத் தலைமையகமாகச் செயலாற்றியது - கம்யூனிஸ்டு அகிலம் புரிந்த வரலாற்றுச் சிறப்பு வாய்ந்த மகத்தான சேவை இதில்தான் காணக் கிடைக்கிறது. கால் நூற்றாண்டுக் காலத்துக்கு அது, பாட்டாளி வர்க்கமும் ஏனைய எல்லா உழைப்பாளி மக்களும் ஏகாதிபத்தியத்தை எதிர்த்து, சமாதானத்துக்காகவும் ஜனநாயகத்துக்காகவும் சோஷலிசத்துக் காகவும் நடத்திய வர்க்கப் போர்களின் முன்னணியாகச் செயலாற்றியது.

கம்யூனிஸ்டு அகிலம் பாட்டாளி வர்க்கத்தின் புரட்சிகர கட்சி களைத் தோற்றுவித்தது - இந்தக் கட்சிகள் புது வகையானவை; சித்தாந்த வழியிலும் அரசியல் வழியிலும் போதனைப் பெற்று பயிற்றுவிக்கப்பட்டவை; நிறுவன வழியில் ஐக்கியமடைந்தவை; மிகவும் சிக்கலான வரலாற்று நிலைமைகளில் மக்கள் பெருந் திரளினருக்கு அவர்களது வர்க்கப் போராட்டத்தில் வழிகாட்டும் வல்லமை வாய்ந்தவை. கம்யூனிஸ்டு அகிலம் மார்க்ஸ், எங்கெல்சின் மரபுகளை, போல்ஷிவிசத்தின் மரபுகளை விட்டு விலகாது தொடர்ந்து

அனுசரித்து மார்க்சிய-லெனினியத்தைச் சர்வதேசத் தொழிலாளி வர்க்க இயக்கத்துடன் ஒருசேர இணைத்திட்டது. தற்காலக் கம்யூனிஸ்டு இயக்கத்தின் தோற்றுவாய்களில் நின்று, ருஷ்யாவின் அக்டோபர் சோஷலிசப் புரட்சியால் துவக்கி வைக்கப்பட்ட சகாப்தத்தில் பாட்டாளி வர்க்கப் புரட்சிகர ஆதாரநெறிக்கும் போர்த்தந்திரத்துக்குமான (Strategy and tactics) அடிப்படைக் கோட்பாடுகளை வகுத்தளித்தது.

கால் நூற்றாண்டுக் காலத்துக்குக் கம்யூனிஸ்டு அகிலம் உலகக் கம்யூனிஸ்டு இயக்கத்துக்குத் தலைமை தாங்கியது, இந்த இயக்கத்தின் ஒற்றுமையையும் ஒருங்கிணைவையும் உறுதி செய்தது, கம்யூனிஸ்டுக் கட்சிகள் மார்க்சிய-லெனினிய மனப்பாங்கிலும் பாட்டாளி வர்க்கச் சர்வதேசிய மனப்பாங்கிலும் போதம் பெறுவதற்குப் பங்காற்றியது. தொழிலாளி வர்க்கத்துக்கும் உழைப்பாளி மக்களது பிற பகுதிகளுக்கு மிடையே ஒருமைப்பாட்டை ஓங்கச் செய்வதற்காகக் கம்யூனிஸ்டு அகிலமும் அதன் பிரிவுகளும் அயராது பாடுபட்டன. நாம் வாழும் இக்காலத்தின் புரட்சிகர சக்திகள் யாவற்றையும் ஒருமுகமாய் உலக ஏகாதிபத்தியத்துக்கு எதிரான ஒரே பிரவாகமாக ஒன்றுபடுத்து வதற்காக கம்யூனிஸ்டு அகிலம் முரணின்றி முறையாகச் செயல்பட்டது.

கம்யூனிஸ்டு அகிலம் உலகப் பாட்டாளி வர்க்கத்தின் செழுமிய அனுபவத்தை ஆக்க வழியில் தொகுத்துரைத்தது. உலகப் பாட்டாளி வர்க்கத்தின் புரட்சிகர மரபுகளை அது மேலும் வளர்த்துச் செழுமையுறச் செய்தது. சோவியத் கூட்டரசில் சோஷலிசத்தைக் கட்டியமைப்பதில் சாதிக்கப் பெற்ற மாபெரும் சாதனைகளை ஆதாரமாகக் கொண்டு அது மார்க்சிய-லெனினியத்தின் தூய்மையை வைராக்கியத்துடன் பாதுகாத்தது. சமுதாயத்தைப் புரட்சிகரமான முறையில் மாற்றியமைப் பதற்கான ஒருங்கிணைந்த விரிவான வேலைத்திட்டத்தை வகுத்தளித்தது, அக்டோபர் புரட்சியால் துவக்கப்பட்ட சகாப்தத்தில் தேசங்கள் சோஷலிசத்தை அடைவதற்கான பாதைகளைச் சுட்டிக்காட்டியது.

அக்டோபர் புரட்சித் தீயில், உலகப் பாட்டாளி வர்க்கத்துக்கும் முதலாளித்துவ வர்க்கத்துக்குமிடையே புரட்சிகர மோதல்கள் நிறைந்த காலத்தில் பிறந்த தற்காலக் கம்யூனிஸ்டு இயக்கம், கம்யூனிஸ்டு அகிலத்தின் தலைமையில் சித்தாந்த வழியிலும் அரசியல் வழியிலும் நிறுவன வழியிலும் வலிமை பெற்று ஓங்கியது. கம்யூனிஸ்டு அகிலத்தின் லெனினிய மரபுகளைத் தொடர்ந்து அனுசரித்தும் வளர்த்தும் செல்லும் இந்தக் கம்யூனிஸ்டு இயக்கம், நாம் வாழும் இக்காலத்தின் போர்க் குணம் படைத்த மகத்தான சக்தியாக வளர்ச்சியுற்றிருக்கிறது, மெய்யாகவே உலகளாவிய வீச்சுடையதாகியுள்ளது.

1. கம்யூனிஸ்டு அகிலம் நிறுவப்படுதல்

புது வகையான புரட்சிகரக் கட்சிகளை ஒழுங்கமைத்து அவற்றைக் கம்யூனிஸ்டு அகிலத்தில் ஒன்றுபடச் செய்ய வேண்டிய வரலாற்று அவசியம், ஏகாதிபத்தியத்துக்கும் பாட்டாளி வர்க்கப் புரட்சிகளுக்குமான சகாப்தத்தில் பாட்டாளி வர்க்கத்தின் வர்க்கப் போராட்டத்திலிருந்து விளைந்ததாகும். ஒரு புதிய, மெய்யாகவே புரட்சிகரமான அகிலத்தை நிறுவ வேண்டுமென்ற கருத்தை முதல் உலகப் போரின் தொடக்கத்திலேயே, இரண்டாவது அகிலத்தின் தகர்வைத் தொடர்ந்து லெனினும் போல்ஷிவிக்குகளும் முன்வைத்தனர்.

இரண்டாவது அகிலம் மேலும் மேலும் அதிகமாய் சந்தர்ப்ப வாதத்தின் ஆதிக்கத்துக்கு உட்பட்டு வந்தது. ஏகாதிபத்திய உலக யுத்தம் மூண்ட பின் இந்த அகிலம் பகைக் கோஷ்டிகளாகச் சிதைவுண்டு, ஒவ்வொரு கோஷ்டியும் அதன் "சொந்த" நாட்டின் முதலாளித்துவ வர்க்கத்துடன் பகிரங்கமாகவே சேர்ந்து கொண்டது. இரண்டாவது அகிலத்தில் இணைந்திருந்த மிகப் பெரும்பாலான கட்சிகள் சமூக-தேசியவெறி நிலையை ஏற்றன; அதாவது அவை தொழிலாளி வர்க்கத்தின், அனைத்து உழைப்பாளி மக்களின் நலன்களுக்குத் துரோக மிழைத்து யுத்தத்தில் ஏகாதிபத்திய அரசாங்கங்களை ஆதரித்தன. ஆகவே சித்தாந்த வழியிலும் நிறுவன வழியிலும் இரண்டாவது அகிலம் தகர்ந்திட நேர்ந்தது, சர்வதேசப் பாட்டாளி வர்க்க நிறுவனமாக நீடிக்க முடியாமல் மடிந்தொழிய நேர்ந்தது. இரண்டாவது அகிலத்தைப் பிளவுற்றுச் சிதைய வைத்தவர்கள், தொழிலாளி வர்க்கத்துக்குத் துரோக மிழைத்து அதன் மூலம் சர்வதேசத் தொழிலாளி வர்க்க இயக்கத்தின் ஒற்றுமைக்கு நாசம் விளைவித்த சந்தர்ப்பவாதிகளே அன்றி, சமூக-தேசிய வெறியர்களே அன்றி, கம்யூனிஸ்டு-எதிர்ப்பாளர்கள் கூறி வருவது போல போல்ஷிவிக்குகளும் லெனினும் அல்ல.

உலகப் பாட்டாளி வர்க்க இயக்கம் இரண்டில் ஒரு வழியைத் தேர்வு செய்து கொள்ள வேண்டியதாயிற்று; ஒன்று வரலாற்று வழியில் அவசியமான அதன் புரட்சி நோக்கங்களைத் துறந்துவிட்டு முதலாளித்துவ வர்க்கத்துடன் சமரசம் செய்து கொள்ளுதல்; இல்லை யேல் சமூக-தேசிய வெறியிடமிருந்து உறுதியாக முறித்துக் கொண்டு பாட்டாளி வர்க்கத்தின் நலன்களைப் பாதுகாக்கக் கூடியதான,

தொழிலாளி வர்க்கத்தின் மாபெரும் போதனாசிரியர்கள் மார்க்சும் எங்கெல்சும் துவக்கி வைத்த சர்வதேசிய மரபுகளைத் தொடர்ந்து பற்றியொழுகக் கூடியதான ஒரு புதிய சர்வதேசப் புரட்சி நிறுவனத்தைத் தோற்றுவித்தல்.

மார்க்சியத்துக்கும் பாட்டாளி வர்க்க விடுதலை இலட்சியத்துக்கும் சர்வதேசப் பாட்டாளி வர்க்க ஒருமைப்பாட்டுக்கும் துரோகம் புரிந்து இரண்டாவது அகிலம் தகர்வுற்றதன் விளைவாய், புரட்சிகரமான ஒரு புதிய அகிலத்தைத் தோற்றுவிக்க வேண்டிய அவசர அவசியப் பணி புரட்சிகர மார்க்சியவாதிகள் முன்னால் எழுந்தது.

புது வகையான சர்வதேசப் பாட்டாளி வர்க்க நிறுவனத்தைத் தோற்றுவிப்பதற்குப் புறநிலையிலும் அகநிலையிலும் அத்தியாவசியமான முன்னிபந்தனைகள் - ஏகாதிபத்தியத்தின் முரண்பாடுகள் கடுமையாகியதையும் பாட்டாளி வர்க்கப் போராட்டத்தின் வளர்ச்சியையும் தொடர்ந்து - ஏற்கெனவே முதிர்ச்சியடைந்திருந்தன. முதலாளித்துவத்தின் பொது நெருக்கடிக்கும் பாட்டாளி வர்க்கப் புரட்சிகளுக்குமான சகாப்தம் துவங்கிவிட்டது என்பதுதான் தீர்மானகரமான முன்னிபந்தனை. முதலாளித்துவத்தை வீழ்த்திடுவதற்காக நடந்தேற வேண்டிய பெரும் பணிகள் தேசிய, சர்வதேசிய ஆகிய இருவகைப்பட்ட புரட்சிகர குறிக்கோள்களையும் அடையும் பொருட்டு சர்வதேசிய தொழிலாளி வர்க்கத்தின் புரட்சிகர சக்திகள் யாவற்றினும் வர்க்க ஒற்றுமை அவசியமென்று கோரின. சமூக-தேசியவெறியர்களிடமிருந்தும் மையவாதிகளிடமிருந்தும் தீர்மானமாய் முறித்துக் கொண்டு, சீர்திருத்தவாதத்தின் தத்துவத்தையும் நடைமுறையையும் மெய்யாகவே புரட்சிகரமான தத்துவத்தாலும் நடைமுறையாலும் எதிர்த்திட வேண்டியது என்றையும்விட மிகவும் அவசர அவசியமாகிவிட்டது. சர்வதேசக் கம்யூனிஸ்டு நிறுவனத்தைத் தோற்றுவிப்பது - உலகின் புரட்சிகரப் பாட்டாளி வர்க்க சக்திகளை ஒன்றுபடச் செய்யக் கூடியதும், எல்லா நாடுகளின் பாட்டாளி வர்க்க முன்னணிப் படைக்கும் விஞ்ஞானத் தத்துவத்தாலும் போர்த்தந்திரத்தாலுமான போர் ஆயுதம் கிடைக்கச் செய்யக் கூடியதும், இந்தப் புரட்சிகர முன்னணிப் படைகளின் செயல்களை உலகு தழுவிய அளவில் ஒருமுகப்படுத்தக் கூடியதுமான ஒரு சர்வதேசக் கம்யூனிஸ்டு நிறுவனத்தைத் தோற்றுவிப்பது - இன்றியமையாததாகிறது.

கம்யூனிஸ்டு இயக்கத்தின் சித்தாந்த, போர்த்தந்திர, நிறுவனக் கோட்பாடுகள் லெனினாலும் போல்ஷிவிக்குகளாலும் வகுக்கப் பட்டிருந்தன. இந்தக் கோட்பாடுகள் வகுக்கப்படுதல், புதிய சர்வதேசப் புரட்சிகரப் பாட்டாளிவர்க்க நிறுவனத்தைத் தோற்றுவிப்பதற்கு

வேண்டிய தலையாய முன்னிபந்தனைகளில் ஒன்றாகும். பல்வேறு வகைப்பட்டதாகிய சந்தர்ப்பவாதத்தை எதிர்த்துக் கடும் போராட்டம் நடத்தி மார்க்சியத்தை லெனின் வளர்த்திட்டார், ருஷ்யாவில் மட்டு மின்றி அனைத்து உலகிலுமான புரட்சிகரத் தொழிலாளி வர்க்கப் போராட்டத்தின் அனுபவத்திலிருந்து வந்தடையப் பெற்ற புதிய முடிவுகளைக் கொண்டு மார்க்சியத்தை அவர் செழுமை செய்தார். **ஏகாதிபத்தியம் - முதலாளித்துவத்தின் உச்ச கட்டம் (1914), ஐக்கிய ஐரோப்பிய அரசு எனும் கோஷம் (1915), பாட்டாளி வர்க்கப் புரட்சியின் இராணுவ வேலைத்திட்டம் (1916)** ஆகியவற்றிலும், தேசிய இன, நிலப் பிரச்சினைகள் பற்றிய கட்டுரைகளிலும், மற்றும் பல நூல்களிலும் லெனின், வர்க்கப் போராட்டத்தையும் சோஷலிசப் புரட்சியையும் பற்றிய மார்க்சியத் தத்துவத்தை ஏகாதிபத்தியச் சகாப்தத்துக்குப் பயன்படுத்தி வளர்த்திட்டார்.

தொழிலாளி வர்க்கத்துக்கும் விவசாயிகளுக்கும் இடையே வலுமிக்க கூட்டணி ஏற்படுவதன் அவசியம், ஜனநாயகப் புரட்சியானது சோஷலிசப் புரட்சியாக வளர்ச்சியடைதல், புரட்சிப் போராட்டத்தில் ஜனநாயகக் கோரிக்கைகளுக்குள்ள முக்கியத்துவம், சோஷலிசத் துக்கான போராட்டத்துக்கும் தேசவிடுதலை இயக்கத்துக்குமுள்ள தொடர்பு ஆகியவை குறித்து லெனின் அடிப்படையான முடிவுகளை எடுத்துரைத்தார். முன்னேறிய நாடுகளில் முதலாளித்துவ வர்க்கத்தை எதிர்த்துப் பாட்டாளி வர்க்கம் நடத்தும் புரட்சிப் போராட்டமானது, ஒடுக்கப்படும் நாடுகளில் வரிசையாய் வெடித்தெழும் ஜனநாயக, புரட்சிகர தேசவிடுதலை இயக்கங்களுடன் ஒருசேர இணைந்துவிடுமென அவர் குறிப்பிட்டார். மற்றும் யுத்தம், அரசு, பாட்டாளி வர்க்கக் கட்சி, அதன் பாத்திரம் ஆகியவை பற்றிய மார்க்சிய போதனையையும் அவர் வளர்த்திட்டார்.

முதல் உலகப் போர் நடைபெற்றுக் கொண்டிருந்த காலத்திலேயே லெனின், சர்வதேசத் தொழிலாளி வர்க்க இயக்கத்தில் புரட்சிகரப் பிரிவை உறுதி பெறச் செய்வதன் மூலம் கம்யூனிஸ்டு அகிலத்தைக் கட்டியமைத்திடுவதற்கான தமது பிரம்மாண்ட பணியினைத் துவக்கினார். சர்தேசத் தொழிலாளி வர்க்க இயக்கத்தில் போல்ஷிவிக்குகளை நோக்கி நெருங்கி வந்துகொண்டிருந்த சர்வ தேசியக் குழுக்களை அவர் சமூக-தேசிய வெறியர்களுக்கும் மறைமுகமான சந்தர்ப்பவாதிகளாய் இருந்த மையவாதிகளுக்கும் எதிரான போராட்டத்தில் ஒன்றுதிரளச் செய்தார். ஸிம்மர்வால்டு மாநாட்டிலும் (1915 செப்டம்பர்) கின்தால் மாநாட்டிலும் (1916 ஏப்ரல்) லெனின் தலைமையில் இடதுசாரி சர்வதேசியவாதிகள் போர்க்குணம் கொண்ட ஒரு வேலைத்திட்டத்தை

முன்வைத்தனர். யுத்தத்திலிருந்து வெளியேறுவதற்கான புரட்சிகர வழியை இந்த வேலைத்திட்டம் தொழிலாளர்களுக்கு அறிவித்தது. சமூக-தேசிய வெறியர்களுக்கோ மையவாதிகளுக்கோ இடமில்லாத ஒரு புதிய அகிலத்தை நிறுவும் பிரச்சினையை, ஏகாதிபத்திய யுத்தத்துக்கும் முதலாளித்துவத்துக்கும் எதிரான புரட்சிப் போராட்டத்தின் பணி களுடன் இணைந்து பிணைந்த முறையில் இடதுசாரி சர்வதேசிய வாதிகள் எழுப்பினர்.

புரட்சிப் போராட்டத்தின் வளர்ச்சியுடன் கூடவே, பல நாடு களிலும் தொழிலாளி வர்க்க இயக்கத்தில் சர்வதேசியக் குழுக்கள் வளர்ந்து வலிமை பெற்றன. இந்தக் குழுக்களை லெனின், தொடக்க நிலையிலிருந்த கம்யூனிஸ்டு அகிலத்தின் கூறுகளாகக் குறிப்பிட்டு வந்தார்.

ஏகாதிபத்திய உலக யுத்தத்தின் போது முதலாளித்துவத்தின் எல்லா முரண்பாடுகளும் மிதமிஞ்சிக் கடுமையாகிவிட்டதன் விளைவாய் எழுந்த மாபெரும் அக்டோபர் சோஷலிசப் புரட்சி, மனிதகுல வரலாற்றிலே ஒரு புதிய சகாப்தத்தைத் துவக்கி வைத்தது; பாட்டாளி வர்க்கப் புரட்சிகளுக்கும் தேசவிடுதலை இயக்கத்தின் சக்திவாய்ந்த முன்னேற்றத்துக்குமான சகாப்தத்தை, மனித குலம் சோஷலிசத்துக்கு மாறிச் செல்வதற்கான சகாப்தத்தைத் துவக்கி வைத்தது.

அக்டோபர் புரட்சியானது உடனே உலகின் தொழிலாளி வர்க்க, தேசவிடுதலை இயக்கங்களை எழுச்சியுற்று ஓங்கும்படி ஊக்குவித்தது. இந்த எழுச்சியின் முக்கிய நிகழ்ச்சிகளில் சில வருமாறு: பின்லாந்தில் தொழிலாளர் புரட்சி (1918 ஜனவரி), ஆஸ்திரியா-ஹங்கேரியில் முதலாளித்துவ-ஜனநாயகப் புரட்சியும் இந்த முடியரசில் ஒடுக்கப்பட்ட தேசிய இனங்கள் வாழ்ந்த பகுதிகளில் விடுதலைப் போராட்டமும் (1918 ஆண்டின் இறுதி), ஜெர்மனியில் நவம்பர் புரட்சி (1918 நவம்பர்).

ருஷ்யாவில் சோவியத் ஆட்சியதிகாரம் அசைக்க முடியாததாய் உறுதியடைந்ததும், முதலாளித்துவ உலகில் வர்க்கப் போராட்டம் கண்ட மாபெரும் முன்னேற்றமும் உலகப் பாட்டாளி வர்க்கப் புரட்சி அதிவேகமாய்த் தீவிரமடைந்து சென்றதைக் குறிப்பிட்டன. ஏகாதி பத்திய முதலாளித்துவ வர்க்கம் புரட்சியின் வளர்ச்சியைக் கண்டு பீதியடைந்து, பாட்டாளி வர்க்க இயக்கத்தைத் தனது நாடுகளிலும் மற்றும் சோவியத் ருஷ்யாவிலும் எப்படியாவது நசுக்கிவிட வேண்டு மென்று ஆவேசமான முயற்சிகளை மேற்கொண்டது. சோவியத் ருஷ்யாவில் அது ஆயுதமேந்திய தலையீட்டுக்கும் உள்நாட்டுப் போருக்கும் ஏற்பாடு செய்தது. முதலாளித்துவத்தின் மீது நேரடித்

தாக்குதலுக்கான ஒரு காலகட்டம் ஆரம்பமாகிவிட்டது; வர்க்கப் போர்கள் இதன்முன் எந்நாளும் இருந்திராத அளவுக்குக் கூர்மை யடைந்துவிட்டன; சோஷலிசத்துக்கான போராட்டத்தின் முன் மாபெரும் பணிகள் எழுந்தன - இவை யாவும் புரட்சிகரத் தொழி லாளர்களை உடனடியாக நிறுவன வழியில் சமூக - ஜனநாயகத் திடமிருந்து முறித்துக் கொள்ளும்படி கோரின. சமூக-ஜனநாயகத் தலைவர்கள் தொழிலாளர்களை ஏமாற்றியும் வஞ்சித்தும் வந்தார்கள், புரட்சிப் போராட்டத்திலிருந்து தொழிலாளர்களைப் பிடித்து இழுத்து விலக்கி வைத்து வந்தார்கள். வர்க்கப் போராட்டம் உச்ச நிலைக்கு உக்கிரமடைந்து வந்த போது பாட்டாளி வர்க்கப் புரட்சியின் மென்னியைப் பிடித்து நெரிப்போராய் மீண்டும் மீண்டும் செயல் பட்டார்கள். சமூக-தேசியவெறியிலிருந்தும் மையவாதத்திலிருந்தும் வைராக்கியமாய் முறித்துக் கொள்வதன் மூலம் மட்டுமே, கம்யூனிஸ்டுக் கட்சிகளை தொழிலாளர்களது முன்னணிப் படையாக நிறுவ முடிந்தது.

1918-ல் பின்லாந்திலும் ஆஸ்திரியாவிலும் அர்ஜண்டீனாவிலும் நெதர்லாந்திலும் போலந்திலும் ஹங்கேரியிலும் ஜெர்மானியிலும் வேறு சில நாடுகளிலும் நடைபெற்ற புரட்சிப் போர்களிலிருந்து முதலாளித்துவ நாடுகளின் முதலாவது கம்யூனிஸ்டுக் கட்சிகள் உதித்தெழுந்தன. கம்யூனிஸ்டு அகிலம் நடைமுறையில் ஏற்கெனவே உருவாகி வந்ததென்பதை இது புலப்படுத்தியது. மார்க்சிய - லெனினியம்தான் இந்தப் புதிய அகிலத்தின் தத்துவார்த்த, சித்தாந்த, போர்த்தந்திர அடித்தளமாக அமைந்தது.

கம்யூனிஸ்டுக் கட்சிகளின் அடிப்படை கோட்பாடுகளை லெனின் வகுத்தளித்து விளக்கினார். புரட்சிகர அனுபவம் அதிகமாகியும் வரலாற்று நிலைமைகள் மாறியும் சென்றதைத் தொடர்ந்து மேலும் வளர்க்கப்பட்டும் செழுமையாக்கப்பட்டுமுள்ள இந்தக் கோட் பாடுகள், இது நாள்வரை சிறிதும் முக்கியத்துவம் குன்றாதனவாய் இருக்கின்றன.

கம்யூனிஸ்டுகளுக்கு லெனின், வரலாற்றில் புதிய சகாப்தமாகிய ஏகாதிபத்தியச் சகாப்தத்தில் சமுதாய வளர்ச்சியின் தனி இயல்பு களைப் பற்றிய அறிவு கிடைக்கச் செய்தார், இந்தச் சகாப்தத்தில் புரட்சிப் போராட்டத்துக்குரிய பிரத்தியேக புறநிலைமைகளையும் அகநிலைமைகளையும் பற்றிய உணர்வு ஏற்படச் செய்தார்.

புதிய வரலாற்று அனுபவத்தைப் பொதுமைப்படுத்தியும், சர்வ தேசத் தொழிலாளி வர்க்கப் போராட்டத்தையும் தேசவிடுதலை இயக்கங்களையும் பரிசீலித்து ஆராய்ந்தும், லெனின் ஆக்க வழியில்

மார்க்சியத்தை வளர்த்துச் செழுமையாக்கினார், ஒரு புதிய உயர் நிலைக்கு அதை வளர்த்து உயரச் செய்தார்.

லெனினிய போதனையின் பின்வரும் அம்சங்கள் கம்யூனிஸ்டு அகிலத்தின் செயற்பாட்டுக்கு, கம்யூனிஸ்டுக் கட்சிகளது கொள்கையையும் ஆதாரநெறியையும் போர்த் தந்திரத்தையும் வரையறுத்துக் கொள்வதற்கு மிகுந்த முக்கியத்துவம் வாய்ந்தனவாய் இருந்தன:

- ஏகாதிபத்தியம் குறித்து, இது முதலாளித்துவத்தின் உச்ச கட்டமும் இறுதிக் கட்டமும் சோஷலிசப் புரட்சிக்கான தறுவாயும் ஆகுமென்ற ஆழமான, விரிவான பகுத்தாய்வு;

- எதிரும் புதிருமான இரு அமைப்புகளாகிய முலாளித்துவ அமைப்புக்கும் சோஷலிச அமைப்புக்கும் இடையிலான போராட்டமும், முதலாளித்துவத்திலிருந்து சோஷலிசத்துக்கு மாறிச்செல்லுதலும் இவையே புதிய சகாப்தத்தின் பிரதான உள்ளடக்கம் ஆகுமென்ற பகுத்தாய்வு;

- ஏகாதிபத்தியச் சகாப்தத்தில் உலக சோஷலிசப் புரட்சியின் விதிகளையும் தனி இயல்புகளையும் நிலைநாட்டும் விஞ்ஞான வழியிலான நிரூபணம்; தனியொரு நாட்டில் சோஷலிசம் வெற்றி பெறுவது சாத்தியமே என்ற முடிவு; முதலாளித்துவ-ஜனநாயகப் புரட்சி சோஷலிசப் புரட்சியாக வளர்ச்சியுறுவதையும், புரட்சியின் வெவ்வேறு கட்டங்களில் பாட்டாளி வர்க்கத்தின் கூட்டாளிகளையும், உலகப் பாட்டாளி வர்க்கப் புரட்சியின் வளர்ச்சியில் தேசவிடுதலை இயக்கத்திற்குள்ள முக்கியத்துவத்தையும் பற்றிய வரையறுப்புகள்;

- முதலாளித்துவத்திலிருந்து சோஷலிசத்துக்கு மாறிச் செல்வதற்கான பாதைகளும் விதிகளும், இந்த மாற்றம் நடைபெறும் இடைக்கால கட்டத்தில் பாட்டாளி வர்க்க அரசின் பாத்திரமும் இந்த அரசுக்குரிய பல்வேறுபட்ட வடிவங்களும், பாட்டாளிவர்க்கச் சர்வாதிகாரத்தின் சாராம்சமும் அதன் பொறியமைவும் சோஷலிச ஜனநாயகமும்.

உலக சோஷலிசப் புரட்சியின் ஆதாரநெறியையும் போர்த் தந்திரத்தையும் லெனின் தத்துவார்த்த வழியில் தெளிவுபடுத்தி, அவற்றுக்கான நடைமுறை அடித்தளங்களையும் அமைத்துத் தந்தார். ஆதாரநெறியை வரையறுத்துக் கொள்வதற்கும் போர்த்தந்திரத்தை வகுத்துக் கொள்வதற்குமான வழிமுறை - வெவ்வேறு நாடுகளுக்கும் ஏற்ப அவற்றில் ஏற்படும் வேறுபாட்டையும், போராட்டத்தில் புதிய கட்டங்கள் ஆரம்பமாவதற்கும் புதிய வரலாற்று நிலைமைகள்

எழுவதற்கும் ஏற்ப அவற்றில் உண்டாகும் மாற்றங்களையும் நிர்ணயிப்பதற்கான இந்த வழிமுறை - கம்யூனிஸ்டுக் கட்சிகளுக்குக் கிடைக்கச் செய்தார்.

உலகப் பாட்டாளி வர்க்கத்தின் மாபெரும் போதனாசிரியரும் தலைவருமான லெனின் ருஷ்யாவிலும் அனைத்து உலகிலுமான புரட்சிப் போர்களது அனுபவத்தின் அடிப்படையில் கட்சியைப் பற்றிய மார்க்சிய போதனையைச் செழுமைப்படுத்தினார். புதிய சகாப்தத்தில் அதைப் பயன்படுத்தித் துல்லியமாக்கினார், கம்யூனிஸ்டு அகிலத்தின் நிறுவனக் கோட்பாடுகளை வரையறுத்துத் தந்தார். இந்த கோட்பாடுகளில் மிகவும் முக்கியமானவை வருமாறு: ஜனநாயக மத்தியத்துவம்- இது கம்யூனிஸ்டுக் கட்சிகளது சித்த ஒற்றுமைக்கும் செயல் ஒற்றுமைக்கும் அவற்றின் செயற்பாடு, முன்முயற்சி, சுயேச்சை ஆகியவற்றின் உச்ச வளர்ச்சிக்கும் உறுதியான முறையில் வகை செய்கிறது; கட்சிக் கட்டுப்பாடு - இது கம்யூனிஸ்டுகளது உணர்வு நிலையையும் பெருந்திரளினது நலன்களை வெளியிட முன்னணிப் படைக்குள்ள ஆற்றலையும் அடிப்படையாகக் கொண்டமைந்தது; சர்வதேசியம் - இது புரட்சிப் போராட்டத்தின் பொதுப் பணிகளை நிறைவேற்றுவதில் சர்வதேசப் பாட்டாளி வர்க்கக் கட்டுப்பாடும் சுயகட்டுப்பாடும். ஒவ்வொரு கட்சியும் தேசியக் கட்டுக்கோப்புக்கு உட்பட்ட அதன் செயல்களுக்குக் கிடைக்கும் வெற்றி குறித்தும் கம்யூனிஸ்டு இயக்கத்தின் வருங்காலம் குறித்தும் அதற்குள்ள வரலாற்றுப் பொறுப்பினை உணர்ந்திருப்பதும், அவ்வப்போதுள்ள நிலைமைகளில் மிகவும் பயனுள்ள, உசிதமான வடிவங்களில் புரட்சிகர முறையில் பரஸ்பரம் உதவிக் கொள்ளுதலும் அடங்குவனவாகும்.

லெனினால், போல்ஷிவிக்குகளால் வகுக்கப்பட்ட கம்யூனிஸ்டு இயக்கச் சித்தாந்த, போர்த்தந்திரக் கோட்பாடுகள், கம்யூனிஸ்டு அகிலம் நிறுவப்படுவதற்கும் பயனுள்ள முறையில் புரட்சிகரமாகச் செயல்படுவதற்கும் உறுதிவாய்ந்த அடித்தளத்தை அமைத்தன.

1919 மார்ச் 2லிருந்து 6 வரை மாஸ்கோவில் நடைபெற்ற முதலாவது மாநாடாகிய நிறுவக மாநாட்டில் கம்யூனிஸ்டு அகிலம் நிறுவப்பட்டது. ஆஸ்திரியா, பல்கேரியா, கிரேட் பிரிட்டன், ஹங்கேரி, ஜெர்மனி, நெதர்லாந்து, நார்வே, போலந்து, ருமேனியா, சோவியத் ருஷ்யா, பின்லாந்து, பிரான்சு, செக்கோஸ்லோவாக்கியா, சுவிட்ஸர்லாந்து, ஸ்வீடன், யுகோஸ்லாவியா, அமெரிக்க ஐக்கிய நாடு, ஈரான், சீனா, கொரியா, துருக்கி முதலான நாடுகளின் கம்யூனிஸ்டுக் கட்சிகளும் கம்யூனிஸ்டுக் கோஷ்டிகளும் இடதுசாரி சோஷலிஸ்டுக் கட்சிகளும் கோஷ்டிகளுமாகிய 35 பாட்டாளி வர்க்க நிறுவனங்களின் பிரதிநிதிகள்

இந்த மாநாட்டில் கலந்து கொண்டனர். ஆரம்பம் முதற்கொண்டே மேதை லெனினால் வழிகாட்டப்பெற்ற இந்தக் கம்யூனிஸ்டு அகிலம் நிற இனம் அல்லது தேசிய இனம் கருதாது எல்லா நாடுகளின் புரட்சிகரப் பாட்டாளி வர்க்க நிறுவனமாக, ஒடுக்கப்பட்ட மனித குலம் அனைத்தின் விடுதலைக்காகப் போராடும் நிறுவனமாக அமைக்கப்பட்டது.

கம்யூனிஸ்டு அகிலத்தின் கொள்கைத் திட்டத்தை இம்மாநாடு விவாதித்து ஏற்றுக்கொண்டது. இந்தக் கொள்கைத் திட்டம் ஏகாதிபத்தியத்தைப் பற்றிய லெனினிய போதனையையும் சோஷலிசப் புரட்சிப் பற்றிய லெனினிய தத்துவத்தையும் அடிப்படையாகக் கொண்டது. "ஒரு புதிய சகாப்தம் பிறந்திருக்கிறது - முதலாளித்துவம் சிதைவுறும், உள்ளூர அது தகர்ந்திடும் சகாப்தம், பாட்டாளி வர்க்கத்தின் கம்யூனிசப் புரட்சிக்கான சகாப்தம் பிறந்திருக்கிறது"[1] என்று இந்தக் கொள்கைத் திட்டம் கூறியது. காலனிகளில் ஒடுக்கப்படும் எல்லா மக்களுக்கும், ஏகாதிபத்தியத்தை எதிர்த்து அவர்கள் நடத்தும் போராட்டத்தில், தனது உறுதி வாய்ந்த ஆதரவு உண்டென்று கம்யூனிஸ்டு அகிலம் பிரகடனம் செய்தது.

முதலாளித்துவ ஜனநாயகத்தையும் பாட்டாளி வர்க்கச் சர்வாதிகாரத்தையும் பற்றிய லெனினது ஆய்வுரைகளும் விளக்கவுரைகளும்தான் மாநாடு நிகழ்ச்சிகளில் நடுநாயகம் வகித்தன. இவை எல்லா நாடுகளின் புரட்சிகரத் தொழிலாளர்களை எதிர்நோக்கிய தலையாய பிரச்சினையை - அதாவது முதலாளித்துவ வர்க்கச் சர்வாதிகாரத்துக்கு எதிராய்ப் பாட்டாளி வர்க்கச் சர்வாதிகாரத்தைக் கைக்கொள்வது அவசியமென்ற பிரச்சினையை - தெளிவாக எழுப்பிப் பகுத்தாய்ந்தன. கடுமையான புரட்சிகர நெருக்கடிக்குரிய ஒரு காலத்தில் தொழிலாளி வர்க்க இயக்கத்தில் சீர்திருத்தவாதப் போக்கையும் புரட்சிகரப் போக்கையும் பிளவுபடச் செய்த பிரச்சினை, பாட்டாளி வர்க்கம் அதன் சர்வாதிகாரத்தை அமைத்துக் கொள்ள பாடுபட வேண்டுமா, இல்லையா என்பதுதான்.

சோஷலிசப் புரட்சி நடைபெற்று முதலாளித்துவ அரசுக்குப் பதிலாய் அதனிடத்தில் ஒரு புது வகை அரசை, தொழிலாளி வர்க்கச் சர்வாதிகாரத்தை அமைத்திடுவது அவசியம் என்பதன் அடிப்படையில் கம்யூனிஸ்டுகள் செயல்பட வேண்டுமென்று லெனின் வலியுறுத்தினார். பாட்டாளி வர்க்கச் சர்வாதிகாரம் மேலும் உயர்வான வகையைச் சேர்ந்த ஜனநாயகமாகும், உழைப்பாளி மக்களுக்கான ஜனநாயகமாகும் என்பதை அவர் தெளிவுபடுத்திக் காட்டினார். "பாட்டாளி வர்க்கச் சர்வாதிகாரமானது பொதுவாக ஜனநாயக வடிவங்களிலும் நிறுவன

அமைப்புகளிலும் தவிர்க்க முடியாதவாறு மாற்றத்தை உண்டாக்கும் என்பது மட்டுமல்ல, முதலாளித்துவத்தால் ஒடுக்கப்படும் வர்க்கங்களாகிய உழைப்பாளி வர்க்கங்கள் மெய் நடப்பில் அனுபவிக்கக் கூடிய ஜனநாயகம் ஈடிணையில்லா அளவுக்கு விரிவடைவதைக் குறிக்கும் படியான மாற்றத்தை உண்டாக்கும்" என்று லெனின் கூறினார்.[2] சோஷலிசத்துக்கான போராட்டத்தில் தொழிலாளி வர்க்கத்தின் தலைமைப் பாத்திரத்துக்குள்ள தீர்மானகரமான முக்கியத்துவத்தை லெனின் சுட்டிக்காட்டினார். "உழைப்போரும் ஒடுக்கப்படுவோருமான மக்கள் திரளினரது சிதறுண்ட பிற்பட்ட பகுதிகளை ஒன்றுபடுத்தவும் தலைமை தாங்கி அழைத்துச் செல்லவும் கூடிய நிலையில் இருப்பது பாட்டாளி வர்க்கம் மட்டுமேதான் என்பதை ஒடுக்கப்பட்ட வர்க்கங்களது எல்லா புரட்சிகளின், இயக்கங்களின் அனுபவமும், உலக சோஷலிஸ்டு இயக்கத்தின் அனுபவமும் நமக்குப் போதிக்கின்றது."[3]

"தூய ஜனநாயகத்தைப்" பாதுகாப்பதாகக் கபட நாடகம் நடித்துத் தொழிலாளி வர்க்கத்தைப் புரட்சிப் போராட்டப் பாதையில் செல்லாதவாறு தடுக்க முயன்று வந்த சமூக-தேசியவெறியர்கள், மையவாதிகள் ஆகியோரது துரோகத்தனமான கொள்கையை இந்த மாநாடு அம்பலப்படுத்தியது. இதே மனப்பான்மையுடன்தான் இது வலதுசாரி சோஷலிஸ்டுக் கட்சிகளது பேர்ன் மாநாடு குறித்து, 1919 பிப்ரவரியில் சீர்திருத்தவாத, கருங்காலி அகிலத்தை மீட்டமைத்து நிறுவிய இம்மாநாடு குறித்துத் தனது போக்கை வரையறுத்துக் கொண்டது. தொழிலாளி மக்களை ஏமாற்றுவதற்காக அமைக்கப்பட்ட கருவியாகுமென்று குறிப்பிட்டு கம்யூனிஸ்டுகள் இந்த அகிலத்தை நிந்தனை செய்தனர்; முதலாளித்துவ வர்க்கத்தின் இந்த அடிவருடிகளை எதிர்த்து முழு மூச்சுடன் போராடும்படி எல்லா நாடுகளையும் சேர்ந்த தொழிலாளர்களையும் வேண்டினர். சமூக - தேசியவெறியர்களிடமிருந்தும் மையவாதிகளிடமிருந்தும் முறித்துக் கொண்டால்தான் புரட்சிகரத் தொழிலாளர்கள் ஒன்றுபடவும் கம்யூனிஸ்டுக் கட்சிகளை அமைத்திடவும் முடியுமென்று இந்த மாநாடு குறிப்பிட்டது.

மூன்றாவது அகிலத்தில் ஒன்றுபட்ட கம்யூனிஸ்டுகள், மார்க்சும் எங்கெல்சும் **கம்யூனிஸ்டுக் கட்சி அறிக்கையில்** பிரகடனம் செய்த இலட்சியத்தின் வழிவந்தவர்களும் அதன் வழியில் தொடர்ந்து செல்வோருமாவர் என்று கம்யூனிஸ்டு அகிலம் பறைசாற்றியது: "முதலாவது அகிலம் வளர்ச்சியின் வருங்காலப் போக்கினை முன்னறிந்து கூறி இது செல்லக்கூடிய பாதைகளைச் சுட்டிக்காட்டியதெனில், இரண்டாவது அகிலம் இலட்சோபலட்சம் கணக்கான பாட்டாளிகளை ஒன்று திரட்டி ஒழுங்கமையச் செய்ததெனில், இப்போது இந்த மூன்றாவது

அகிலம் பகிரங்கமான வெகுஜனப் போராட்டத்தின் அகிலமாகும், புரட்சிகர நிறைவேற்றத்தின், நேரடிச் செயலின் அகிலமாகும்"[4]

இந்த முதலாவது மாநாடு "கம்யூனிசத்தின் கொடியை - புரட்சிகரப் பாட்டாளி வர்க்க சக்திகள் எதை மையமாகக் கொண்டு ஒன்றுதிரள வேண்டுமோ, அந்தக் கொடியை - உயர ஏற்றி வைத்தது..."[5] என்று லெனின் குறிப்பிட்டார். இந்த மாநாடு அதிகாரப்பூர்வமாய் மூன்றாவது அகிலத்தைத் தோற்றுவித்தது, தொழிலாளி வர்க்கத்தின் சர்வதேச முன்னணிப் படையானது பாட்டாளி வர்க்கச் சர்வாதிகார முழக்கத்தை எழுப்பிச் சித்தாந்த வழியிலும் நிறுவன ஒழுங்கமைப்பு வழியிலும் ஒன்றுதிரளும் நிகழ்ச்சியினைத் துவக்கி வைத்தது.

முதலாவது மாநாடுக்கு பிறகு முதலாளித்துவ நாடுகளில் புரட்சிகர நெருக்கடி தொடர்ந்து மேலும் வளர்ந்து சென்றது. ஹங்கேரியிலும் பவேரியாவிலும் ஸ்லோவாக்கியாவிலும் (1919 மார்ச்-ஜூன்) பாட்டாளி வர்க்கக் குடியரசுகள் உதித்தெழுந்தன, ஆனால் முதலாளித்துவ எதிர்ப்புரட்சி சக்திகள் மேலைய ஏகாதிபத்திய அரசுகளுடைய ஆதரவுடன் இந்தக் குடியரசுகளை நசுக்கி விட்டன. ஐரோப்பாவிலும் அமெரிக்காவிலும் தொழிலாளி வர்க்க இயக்கம் மேலும் செயல்வன்மை வாய்ந்ததாகியது, "சோவியத் ருஷ்யா மீது கை வைக்காதே!" என்ற முழக்கத்துடன் சக்திமிக்கதோர் இயக்கம் வளர்ந் தெழுந்தது. காலனி, சார்பு நாடுகளின் உழைப்பாளி மக்கள் புரட்சிப் போராட்டப் பாதையில் இறங்கினர். உலகக் கம்யூனிஸ்டு இயக்கம் அதிவேகமாய் வளர்ந்தது. கம்யூனிஸ்டு அகிலத்தின் முதல் மாநாடுக்கும் இரண்டாம் மாநாடுக்கும் இடைப்பட்ட காலத்தில் யுகோஸ்லாவியா விலும் பல்கேரியாவிலும் அமெரிக்க ஐக்கிய நாட்டிலும் மெக்சி கோவிலும் ஸ்பெயினிலும் இந்தோனேஷியாவிலும் ஈரானிலும் கிரேட் பிரிட்டனிலும் மற்றும் சில நாடுகளிலும் கம்யூனிஸ்டுக் கட்சிகள் அமைக்கப்பட்டன. சமூக-ஜனநாயகக் கட்சிகள் பலவற்றில் மேலும் மேலும் அதிகமான உறுப்பினர்கள் கம்யூனிஸ்டு அகிலத்துடன் இணைவு பெறுவதை ஆதரித்தனர். அணிகளால் நிர்ப்பந்தம் செய்யப் பட்டு, மையவாதக் கட்சிகள் பலவும் வலதுசாரித் தலைவர்களால் மீட்டமைக்கப்பட்ட இரண்டாவது அகிலத்தில் சேர மறுத்து, மூன்றாவது அகிலத்தில் சேர விருப்பம் தெரிவித்தன. கம்யூனிஸ்டு அகிலம் இடதுசாரி சமூக-ஜனநாயவாதிகளைத் தனது அணிகளில் சேர்த்துக் கொள்ளும் அதே நேரத்தில், சீர்திருத்தவாதத்தின் சித்தாந்தத்தி லிருந்தும் நடைமுறைகளிலிருந்தும் இன்னும் முறித்துக் கொள்ளாத கூறுகள் தனது அணிகளினுள் ஊடுருவ அனுமதிப்பது முடியாத காரியம். இம்மாதிரியான கூறுகள் உள்ளே வந்து மண்டுவதானது,

மூன்றாவது அகிலத்தின் புரட்சிகர அடித்தளங்கள் குலைக்கப்படு வதற்கும், அதன் சித்தாந்த ஒற்றுமை அழிக்கப்படுவதற்கும் வழிகோலக் கூடும்.

அதேபோது பல கம்யூனிஸ்டுக் கட்சிகளில் "இடது சாரியி லிருந்தும்" அபாயம் எழுந்தது. இளம் பருவத்தின் அனுபவமின்மையின் காரணமாகவும், புரட்சிப் போராட்டத்தின் அடிப்படை பிரச்சினை களில் அவசரப் போக்கு கொள்வதிலுள்ள மோகம் காரணமாகவும், மக்கள் பெருந்திரளினரை நம் பக்கத்துக்கு ஈர்த்துக் கொள்வதற்கு கடுமுயற்சியும் அயராத பணியும் அவசியமென்பதை மறுக்கும் குட்டி முதலாளித்துவப் புரட்சிவாதத்தின் செல்வாக்கு காரணமாகவும் இந்த அபாயம் எழுந்தது. லெனின் கூறியதாவது: "வரலாற்று வழிப்பட்ட முதலாவது குறிக்கோளை (பாட்டாளி வர்க்கத்தின் வர்க்கவுணர்வு படைத்த முன்னணிப் படையை சோவியத் ஆட்சியதிகாரத்தின், தொழிலாளி வர்க்கச் சர்வாதிகாரத்தின் பக்கத்துக்கு ஈர்த்துக் கொள்ளும் குறிக்கோளை) சந்தர்ப்பவாதத்தின் மீதும் சமூக - தேசியவெறியின் மீதும் முழு நிறையான சித்தாந்த, அரசியல் வெற்றி பெறாமல் அடைந்திருக்க முடியாது; வெகுஜனங்களை ஒரு புதிய நிலைக்கு - புரட்சியில் முன்னணிப் படையின் வெற்றிக்கு உறுதி செய்யும்படியான ஒரு புதிய நிலைக்கு - அழைத்துச் செல்லும் வல்லமை பெறுவதென்ற இரண்டாவதும் உடனடியானதுமான குறிக்கோளை, இடதுசாரி வறட்டுச் சூத்திரவாதத்தை ஒழித்திடாமல், அதன் தவறுகளை முழுமை யாகக் களைந்தெறியாமல் அடைய முடியாது."[6]

கம்யூனிஸ்டு அகிலத்தின் இரண்டாவது மாநாட்டின் தீர்மானங் களுக்குச் சித்தாந்த, தத்துவார்த்த அடிப்படையாக அமைந்த **"இடதுசாரி" கம்யூனிசம்-இளம் பருவக்கோளாறு** என்ற அவரது புத்தகத்தில் (1920ஆம் ஆண்டு வசந்தத்தில் எழுதப்பெற்றது) லெனின், உலகக் கம்யூனிஸ்டு இயக்கத்தின் அவசரமான பிரச்சினைகளைப் பரிசீலனை செய்தார்; "இடதுசாரி" வறட்டுச் சூத்திரவாதத்தையும் குறுங்குழுவாதத் தையும் முற்றாகக் கண்டன விமர்சனம் செய்தார். புரட்சிகரமான ஆதாரநெறியிலும் போர்த்தந்திரத்திலும் போல்ஷிவிக்குக் கட்சியின் அனுபவத்தைத் தொகுத்துரைத்து, இதனை ஆக்க முறையில் பிற நாட்டுக் கம்யூனிஸ்டுகள் பயன்படுத்திக் கொள்ள வேண்டுமென்று லெனின் வலியுறுத்தினார். எல்லா நாடுகளின் கம்யூனிஸ்டு இயக்கத்தின் சர்வதேசியப் போர்த்தந்திரத்தின் ஒற்றுமைக்குத் தேவைப்படுவது வகை வேற்றுமையின் நீக்கமோ, தேசிய வேறுபாடுகளின் ஒழிப்போ அல்ல; கம்யூனிசத்தின் அடிப்படை கோட்பாடுகள் செயல்படுத்தப்படுவதே, "தேசிய **வேறுபாடுகளுக்கும்** தேசிய-அரசு **வேறுபாடுகளுக்கும்** ஏற்ப,

சிற்சில **தனிப்பட்ட விவரங்களில்** இந்தக் கோட்பாடுகள் **சரிவர உருமாற்றப்பட்டு,** சரிவர தகவமைக்கப்பட்டு, செயல்படுத்தப்பட வேண்டும்"[7] என்பதே தேவைப்படுகிறது.

குறுங்குழுவாதமானது வெகுஜனங்களிடமிருந்து பிரிந்து தனிமைப் படுவதற்கு இட்டுச் சென்று, தொழிலாளர்களிடத்தே சீர்திருத்தவாதத் தலைவர்களது செல்வாக்கு பழுதின்றிப் பாதுகாக்கப்படுவதற்கே எதார்த்தத்தில் உதவுகிறது என்றும், கட்சிக் கட்டுப்பாடு மறுத்து நிராகரிக்கப்படுவதற்கு வகை செய்து, பாட்டாளி வர்க்கத்துக்கு அதன் விடுதலைப் போராட்டத்தில் போர் ஆயுதமாகிய கட்சி அழிந்தொழி வதையே உண்மையில் குறிப்பதாகிறது என்றும் வெகுஜன நிறுவனங் களில் வேலை செய்ய வேண்டியது அவசியமென்பதை மறுத்து நிராகரிப் பதற்கு இட்டுச் செல்கிறது என்றும், இவை எல்லாமாகச் சேர்ந்து புரட்சியைத் துறந்துவிடுவதில் முடிவடைகிறது என்றும் லெனின் வலியுறுத்தினார். இளம் கம்யூனிஸ்டுக் கட்சிகள் போராட்டத்தின் எல்லா வடிவங்களிலும் - சட்டபூர்வமானவை, சட்டவிரோத மானவை, அமைதியானவை அமைதிவழிப்படாதவை, நாடாளுமன்ற வடிவிலானவை நாடாளுமன்றத்துக்குப் புறம்பானவை முதலான யாவற்றிலும்-பாண்டித்தியம் பெற வேண்டுமென்று, போராட்டம் ஒரு வடிவிலிருந்து விரைவாகவும் திடுதிப்பென்றும் இன்னொரு வடிவிற்கு மாற்றப்படுவதற்குத் தயாராயிருக்க வேண்டுமென்றும், இக்கட்சிகள் தத்தமது நாட்டின் நிலைமை பற்றிய விஞ்ஞான வழிப்பட்ட பகுத்தாய் வையும் சர்வதேச அளவில் வர்க்க சக்திகளது பரஸ்பர நிலையையும் அடிப்படையாகக் கொண்டும் உலகப் புரட்சி இயக்கத்தின் அனு பவத்தைக் கணக்கிலெடுத்து நெகிழ்வுடன் பிரயோகித்துச் செயல் படுத்திக் கொண்டும் தமது அரசியல் கொள்கை வழியை வகுத்துக் கொள்ள வேண்டுமென்று வலியுறுத்தினார்.

லெனின் எழுதிய **"இடதுசாரி" கம்யூனிசம்-இளம் பருவக் கோளாறு** கம்யூனிஸ்டுக் கட்சிகள் அவற்றின் அணிகளது சித்தாந்த, அரசியல் உறுதிப்பாட்டுக்காக அதன் பிறகு நடத்திய போராட்டம் அனைத்திலும், குறிப்பாக இடதுசாரிக் குறுங்குழுவாதத் தவறுகள் களையப்படுவதிலும் முக்கிய பங்காற்றியது.

அந்தந்த நாட்டினுள்ளும் மற்றும் சர்வதேச அளவிலும் புரட்சி கரச் சக்திகளது ஒற்றுமையும் ஒருங்கிணைவும் அவசியமென்று வலியுறுத்தி லெனின் விடாப்பிடியாகப் பாடுபட்டார். பாட்டாளி வர்க்க சர்வதேசியம், உழைப்பாளிகளது சர்வதேச ஒருமைப்பாடு என்னும் கோட்பாடு தொழிலாளி வர்க்கத்துக்குக் கிட்டிய மிகப் பெரிய சம்பத்துகளில் ஒன்றாகுமென அவர் கருதினார். "உலகப் பாட்டாளி

வர்க்கப் புரட்சியின் வெற்றிக்கு, முன்னேறிய நாடுகளது தொழிலாளி வர்க்கத்தினிடையே முழுநிறை நம்பிக்கையும் மிக நெருங்கிய சோதரக் கூட்டணியும் சாத்தியமான முழு அளவிலான புரட்சிகரச் செயல் ஒற்றுமையும் இன்றியமையாதனவாகும்"[8] என்று அவர் வற்புறுத்தினார். வெவ்வேறு தேசிய இனங்களைச் சேர்ந்த தொழிலாளர்களது ஒற்றுமையைக் குலைக்கவும், அவர்களிடையே அவநம்பிக்கையை வளர்த்திடவும், தொழிலாளர்களது சர்வதேச சோதரத்துவத்தைச் சீரழிக்கவும் முதலாளித்துவ வர்க்கம் தன்னால் இயன்றது அனைத்தும் செய்கிறதென்று லெனின் எச்சரித்தார். முதலாளித்துவ வர்க்கம் எங்கெல்லாம் இதில் வெற்றியடைகிறதோ அங்கே தொழிலாளர் இலட்சியம் தோல்வியடைகிறது. "நாங்கள் தேசியப் பகைமையையும் பூசலையும், தேசிய ஒதுக்க நிலையையும் எதிர்ப்பவர்கள்" என்று லெனின் எழுதினார். "நாங்கள் சர்வதேசியவாதிகளாவோம்... உழைப்பின் நலன்கள், பல்வேறு நாடுகளையும் தேசங்களையும் சேர்ந்த உழைப்பாளர்களிடையே முழுநிறை நம்பிக்கையும் மிக நெருங்கிய கூட்டணியும் நிலவ வேண்டுமெனக் கோருகின்றன...மூலதனம் சர்வதேச சக்தியாகும். இதைத் தோற்கடிப்பதற்கு சர்வதேசத் தொழிலாளர் கூட்டணி, சர்வதேசத் தொழிலாளர் சோதரத்துவம் அசியமாகும்."[9]

கம்யூனிஸ்டு அகிலத்தின் இரண்டாவது மாநாடு 1920 ஜூலை 19ல் பெத்ரோகிராதில் ஆரம்பமாகியது, பிறகு ஜூலை 23லிருந்து ஆகஸ்டு 7வரை மாஸ்கோவில் நடைபெற்றது. இருபத்தெழு கம்யூனிஸ்டுக் கட்சிகளும் மற்றும் கம்யூனிஸ்டுக் குழுக்களும் இதர பாட்டாளி வர்க்க நிறுவனங்களும் - மொத்த 67 நிறுவனங்கள்-இந்த மாநாட்டில் பிரதி நிதித்துவம் பெற்றன. லெனினது வழிகாட்டலில் இம்மாநாடு நடந் தேறியது, இதன் பிரதான தீர்மானங்களின் நகல்களை லெனின் வரைந்தளித்தார்.

எல்லா நாடுகளிலும் மெய்யாகவே புரட்சிகரமான வெகுஜனக் கம்யூனிஸ்டுக் கட்சிகளை, பாட்டாளி வர்க்கப் பெருந்திரளினரைப் புரட்சிக்குத் தயாராகும்படிச் செய்வதில் தீர்மானகரப் பங்காற்ற வல்லனவாய் ஒழுங்கமைந்து உறுதி பெறச் செய்வதே இந்த மாநாட்டின் மையப்பிரச்சினை. 1918-20ஆம் ஆண்டுகளின் வர்க்கப் போர்களின் அனுபவமானது, எவ்வளவு பெரிய அளவுக்குப் பாட்டாளி வர்க்க வெற்றி வெகுஜனங்களுக்குத் தலைமை தாங்கும் வல்லமை வாய்ந்த போர்க்குணம் கொண்ட புரட்சிகர மார்க்சிய-லெனினியக் கட்சி இருப்பதைப் பொறுத்திருந்தது என்பதைத் தெள்ளத் தெளிவாய்க் காட்டியிருந்தது. இரண்டாவது மாநாட்டின் ஆய்வுரைகளில் எடுத்துரைக்கப்பட்டது:

"மூன்றாவது அகிலத்துடன் இணைப்பு பெற்றிருக்கும் எல்லாக் கட்சிகளும் எப்பாடு பட்டாயினும் 'வெகுஜன நெரிசலுக்குள் இன்னும் ஆழமாய் ஊடுருவிச் செல்வோம்,' 'வெகுஜனங்களுடன் மேலும் நெருங்கிய தொடர்புகள் கொள்வோம்" என்னும் முழக்கங்களை நடைமுறைக்குக் கொண்டுவந்தாக வேண்டும்-வெகுஜனங்கள் என்னும் போது உழைப்பாளர் பெருந்திரளினரும் முதலாளித்துவத்தால் சுரண்டப்படுவோருமாகிய அனைவரையும், முக்கியமாய்க் குறைந்த ஒழுங்கமைப்பும் குறைந்த அறிவு போதமும் பெற்றவர்களும் மிக அதிகமாய் ஒடுக்கப்பட்டு குறைவாய் ஒழுங்கமைப்புக்கு ஏற்றவர்களாயிருப்பவர்களையும் குறிப்பிடுகிறோம்."[10]

கம்யூனிஸ்டு அகிலத்தில் சேர்வதற்கான, "21 நிபந்தனைகள்" என்ற ஆவணத்தில் கம்யூனிஸ்டுக் கட்சியின் சித்தாந்த, போர்த் தந்திர, நிறுவனக் கோட்பாடுகள் சுருக்கமாய் விவரிக்கப்பட்டன. பிரதான நிபந்தனைகளாவன: பாட்டாளி வர்க்கச் சர்வாதிகாரத்தைப் புரட்சிப் போராட்டத்தின், மார்க்சியத் தத்துவத்தின் முதற் பெரும் கோட்பாடாக ஏற்றுக் கொள்ளுதல்; சீர்திருத்தவாதிகளிடமிருந்தும் மையவாதிகளிடமிருந்தும் அறவே முறித்துக் கொள்ளுதல், அவர்களைக் கட்சியிலிருந்து விலக்கி வெளியேற்றுதல்; சட்டபூர்வமான போராட்ட முறைகளையும் சட்டவிரோதமான போராட்ட முறைகளையும் சேர்த்துக் கொள்ளுதல்; கிராமப்புறங்களிலும் தொழிற் சங்கங்களிலும் நாடாளுமன்றத்திலும் முறையாக வேலை செய்தல்; ஜனநாயக மத்தியத்துவத்தைக் கட்சியின் பிரதான நிறுவனக் கோட்பாடாகக் கொள்ளுதல்; கம்யூனிஸ்டு அகிலத்தின், கம்யூனிஸ்டு அகிலச் செயற்குழுவின் தீர்மானங்கள் இணைவு பெற்ற கட்சிகளைக் கட்டுப் படுத்துவனவாகும் என்ற கோட்பாட்டை ஏற்று நடத்தல். சேர்ந்து கொள்வதற்கான இந்த நிபந்தனைகள் கம்யூனிஸ்டு அகிலத்தின், அதன் பிரிவுகளின் செயற்பாட்டுக்கு நிறுவன, அரசியல் அடித்தளமாய் அமைந்தன; மார்க்சிய-லெனினியக் கோட்பாடுகளின் அடிப்படையில் கம்யூனிஸ்டு அகிலத்தின் ஒற்றுமையை, கம்யூனிஸ்டுக் கட்சிகளது ஒற்றுமையை உறுதி செய்து கொள்ள இந்த நிபந்தனைகள் உதவின; இளம் கம்யூனிஸ்டுக் கட்சிகளும் அவற்றின் ஊழியர்களும் கல்வி போதம் பெறுவதற்கும் சந்தர்ப்பவாதத்தை எதிர்த்துப் போராடுவதற்கும் இவை அரும்பெரும் பங்காற்றின; பாட்டாளி வர்க்கச் சர்வதேசியத்தை வளர்த்து வலிமை பெறச் செய்வதற்கு உதவின. மாநாடு தீர்மானங்களினுள் சந்தர்ப்பவாதக் கருத்துக்களைக் கொண்டு வந்து புகுத்த முயன்ற சில சோஷலிஸ்டுக் கட்சிகளது பிரதிநிதிகளை எதிர்த்தும், மற்றும் வெகுஜனங்களிடையே வேலை செய்ய வேண்டியதன் அவசியத்தையோ புரட்சிகரப் பாட்டாளி வர்க்கத்தின் தலைவனாகக்

கட்சிக்குள்ள முக்கியத்துவத்தையோ புரிந்து கொள்ளத் தவறிய குறுங்குழுவாத மனப்பாங்கு கொண்ட "இடதுசாரி" கம்யூனிஸ்டு களையும் எதிர்த்து விடாப்பிடியாகப் போராடியே "21 நிபந்தனை களும்" இரண்டாவது மாநாட்டின் பிற தீர்மானங்களும் நிறைவேற்றப் பட்டன.

சர்வதேசக் கம்யூனிஸ்டு இயக்கத்தை எல்லா வழிகளிலும் பலப் படுத்த வேண்டிய அவசியத்தை இரண்டாவது மாநாடு வலியுறுத்தியது. அப்போதைய நிலைமைகளில் பாட்டாளி வர்க்கச் சர்வதேசியம் என்பது, தன்னலங்கருதாமல் அனைத்து ஆதரவும் சோவியத் குடியரசுக்கு - சோஷலிசப் புரட்சி வெற்றியடைந்திருந்த ஒரேநாடு என்பதாலும், உலகப் புரட்சி இயக்கத்துக்கு இதுவே இயற்கையான அடித்தளம் என்பதாலும் சோவியத் குடியரசுக்கு-அளிக்கப்பட வேண்டுமென்பதையே யாவற்றுக்கும் முதலாய்க் குறிப்பிட்டது. சோவியத் நாட்டின் கம்யூனிஸ்டுகளைப் பொறுத்தவரை, புரட்சியின் இந்த அடித்தளத்தை அவர்கள் முதலாளித்துவத்துக்கு எதிரான புரட்சிப் போராட்டத்தில் பிற நாடுகளின் தொழிலாளி வர்க்கத்துக்கும் உழைப்பாளி மக்களுக்கும் உதவுவதற்காகப் பயன்படுத்தும் பொருட்டு இதைப் பாதுகாப்பதற்காகவும் வன்மையும் திண்மையும் மிக்கதாகப் பலப்படுத்துவதற்காகவும் அனைத்தும் செய்ய வேண்டுமென்பதைப் பாட்டாளி வர்க்கச் சர்வதேசியம் குறிப்பிட்டது.

லெனினது வழிகாட்டலில் இரண்டாவது மாநாடு உலகப் புரட்சிப் போக்கின் வளர்ச்சிக்கான வாய்ப்புகளையும் பாதைகளையும், அதன் இயக்கு சக்திகளையும், சர்வதேசக் கம்யூனிஸ்டு இயக்கத்தின் ஆதார நெறி, போர்த்தந்திரப் பிரச்சினைகளையும் நிர்ணயித்தது.

இந்த மாநாடு, லெனினால் வரையப் பெற்ற தேசிய இன, காலனிப் பிரச்சினை பற்றிய ஆய்வுரைகளில் கூறியதாவது: "உலக அரசியல் நிலைமையானது இப்போது பாட்டாளி வர்க்கச் சர்வாதிகாரத்தை நிகழ்ச்சி நிரலுக்கு வரச் செய்திருக்கிறது. உலக அரசியல் நிகழ்ச்சிப் போக்குகள் தவிர்க்கவொண்ணாத முறையில் ஒரே குவிமையத்தைக் கொண்டிருக்கின்றன-சோவியத் ருஷ்யக் குடியரசுக்கு எதிராய் உலக முதலாளித்தவ வர்க்கம் நடத்தும் போராட்டமே அந்தக் குவிமையம். ஒரு புறத்தில் எல்லா நாடுகளிலும் முன்னேறிய தொழிலாளர்களது சோவியத் இயக்கங்களும், மறுபுறத்தில் காலனிகளிலும் ஒடுக்கப்பட்ட தேசிய இனங்களிடையிலும் நடைபெறும் தேச விடுதலை இயக்கங்கள் யாவும் தவிர்க்க முடியாதபடி சோவியத் ருஷ்யக் குடியரசைச் சுற்றித் திரளுகின்றன."[11]

முதலாளித்துவ நாடுகளின் புரட்சிகரப் பாட்டாளி வர்க்கத்தைக் காலனி நாடுகளையும் சார்பு நாடுகளையும் சேர்ந்த ஒடுக்கப்பட்ட பெருந்திரள் மக்களுடன் ஒன்றுபடச் செய்வதற்காகக் கம்யூனிஸ்டுகள் பாடுபட வேண்டுமென்று லெனின் வலியுறுத்தினார்: “ஒவ்வொரு நாட்டிலும் சுரண்டப்பட்டும் ஒடுக்கப்பட்டும் வரும் தொழிலாளர் களுடைய புரட்சிகர தாக்குதலானது குட்டிமுதலாளித்துவக் கூறுகளி லிருந்து எழும் எதிர்ப்பையும் மேல்மட்டத்துச் சிறு கும்பலான தொழிலாளர் பிரபுக்குலத்தோரது செல்வாக்கையும் திமிறிக் கொண்டு, கோடான கோடி மக்களது புரட்சிகரத் தாக்குதலுடன் ஒருசேர இணையும் போது, உலக ஏகாதிபத்தியம் வீழ்ச்சியுற்றே ஆக வேண்டும்.”[12]

ஒடுக்கப்பட்ட தேசத்தவர்களது தேசவிடுதலை இயக்கமானது உலக சோஷலிசப் புரட்சியின் மிக முக்கியமானதோர் உள்ளடக்கக் கூறாகுமெனக் கம்யூனிஸ்டு அகிலம் கருதியது.

மாநாடால் ஏற்கப்பட்ட தேசிய இன, காலனிப் பிரச்சினை பற்றிய லெனின் ஆய்வுரைகள், உண்மையில் புரட்சிகரமானவையும் ஏகாதி பத்தியத்தின் அழிவுக்குப் பங்காற்றுகிறவையுமாகிய தேசவிடுதலை இயக்கங்கள் யாவற்றையும் கம்யூனிஸ்டுகள் ஆதரிக்க வேண்டுமென வற்புறுத்தின. இப்படி ஆதரிக்கையில் கம்யூனிஸ்டுக் கட்சிகள் அவற்றின் சித்தாந்த, நிறுவன சுயேச்சை நிலையைப் பழுதின்றி பாதுகாத்துக் கொள்ள வேண்டும். சோஷலிச அரசு ஒன்றின் உதயமும், பொதுவான உலகப் புரட்சி இயக்கத்தில் அது ஆற்றும் தலைமைப் பங்கும், தேசவிடுதலைக்காகப் போராடும் எல்லாத் தேசத்தோருக்கும் முதலாளித்துவ வளர்ச்சிக் கட்டத்துள் அடி வைக்காமலே சோஷலிசத்தைச் சென்றடைவதற்கான வாய்ப்பினைக் கிடைக்கச் செய்தன. மாநாட்டில் லெனினால் முன்வைக்கப்பட்டு நிரூபிக்கப்பட்ட இந்த நிர்ணயிப்பு விஞ்ஞானக் கம்யூனிசத் தத்துவத்தைச் செழுமை செய்தது; ஏகாதி பத்தியத்தை எதிர்த்து, சோஷலிசத்துக்காக நடைபெறும் போராட்டத்தில் சோஷலிச அரசுகளுக்கும் பாட்டாளி வர்க்கப் புரட்சி இயக்கத்துக்கும் தேசவிடுதலை இயக்கத்துக்கும் இடையே ஒற்றுமை ஓங்க புதிய சாத்தியக்கூறுகள் ஏற்படச் செய்தது. அதேபோது வெவ்வேறு தேசிய இனங்களைச் சேர்ந்த உழைப்பாளி மக்களிடையே ஒற்றுமையைக் குலைக்கும் தேசியவாதத் தப்பெண்ணங்களை (நிற இனக் குரோதம், தேசிய இனங்கள் மீதான அடக்குமுறை, யூதர்-எதிர்ப்பு மனப்பாங்கு) எதிர்த்துப் போராடுவதன் முக்கியத்துவத்தை மாநாடு வலியுறுத்தியது.

முதலாளித்தவ நாடுகளது பாட்டாளி வர்க்கத்தின் இயக்கமும், காலனிகளிலும் பின்தங்கிய நாடுகளிலுமான விவசாயிகளின் புரட்சி

இயக்கமும் தம்மிடையே கூட்டணி கொள்வதன் முக்கியத்துவத்தை லெனின் வலியுறுத்தினார். இரண்டாவது மாநாட்டுக்குப் பிறகு சிறிது காலத்துக்கெல்லாம் கம்யூனிஸ்டு அகிலம், "உலகத் தொழிலாளர்களே, ஒடுக்கப்பட்ட தேசங்களே, ஒன்றுபடுங்கள்!" என்ற முழக்கத்தை வெளியிட்டது. லெனின் இதனை ஆர்வத்துடன் ஆதரித்தார்.

கிராமப்புறங்களில் கம்யூனிஸ்டுக் கட்சிகளது வேலையின் பிரதான போக்குகளை இரண்டாவது மாநாடு விவரித்தது, சோஷலிசப் புரட்சியின் வெற்றிக்கான போராட்டத்தின் காலத்திலும் மற்றும் பாட்டாளி வர்க்கச் சர்வாதிகாரம் நிறுவப்பெற்ற பிற்பாடும் விவசாயி களின் வெவ்வேறு பிரிவுகள் சம்பந்தமாகவும் கம்யூனிஸ்டுக் கட்சி களுடைய கொள்கையை வரையறுத்தது. மாநாட்டால் ஏற்கப்பட்ட நிலப் பிரச்சினை பற்றிய லெனினது ஆய்வுரைகள் தொழிலாளி வர்க்கத்துக்கும் விவசாயிகளுக்கும் இடையிலான கூட்டணியானது புரட்சிப் போராட்டம் அனைத்துக்கும் அளவுகடந்த முக்கியத்துவம் வாய்ந்ததாகும் என்பதை வலியுறுத்திக் கூறின; கிராமப்புறத்து உழைப்பாளி மக்கள் பெருந்திரளினரைப் பாட்டாளி வர்க்கம் தன்னைச் சுற்றி ஒன்றுதிரளச் செய்தாலன்றி, முதலாளித்துவத்தை வீழ்த்தி சோஷலிசத்தைக் கட்டியெழுப்புவதென்ற தனது வரலாற்றுப் பணியினை அதனால் செய்து முடிக்க இயலாதென்பதை எடுத் துரைத்தன. நிலப் பிரச்சினை பற்றிய தனது தீர்மானங்களில் இரண்டாவது மாநாடு, கிராமப்புறத்தில் கம்யூனிஸ்டுக் கட்சிகளது வேலைத்திட்டத்தைத் தெளிவாய் வரையறுத்துக் கொடுத்தது.

மூன்றாவது அகிலத்தின் விதிகள் இரண்டாவது மாநாட்டில் ஏற்கப்பட்டவை. இந்த விதிகள் அதன் கட்டமைப்பையும் நிறுவனத் தையும் வரையறை செய்தன. அனைத்து உலகின் உழைப்பாளி மக்களது விடுதலையே கம்யூனிஸ்டு அகிலத்தின் நோக்கமாகும். எனவேதான் எல்லா நாடுகளையும் சேர்ந்த வெள்ளை, மஞ்சள், கறுப்பு மக்கள் இதன் அணிகளில் சோதரர்களாக ஒன்றுபட்டிருக்கிறார்கள் என்று இவ்விதிகள் கூறின. "கம்யூனிஸ்டு அகிலமானது ஒருமித்த ஓருலகக் கம்யூனிஸ்டுக் கட்சியைப் பிரதிநிதித்துவம் செய்வதாய் இருத்தல் வேண்டும். அந்தந்த நாட்டில் இயங்கும் கட்சிகள் இதன் தனிப் பிரிவு களாக அமைந்திருக்க வேண்டும்"[13] என்று இவ்விதிகள் குறிப்பிட்டன.

கம்யூனிஸ்டு அகிலம் ஜனநாயக மத்தியவத்துவத்தின் கோட் பாடுகளை அடிப்படையாகக் கொண்டிருந்தது. இந்த நிறுவன வடிவம் கம்யூனிஸ்டுக் கட்சிகளது வளர்ச்சியையும் உறுதியையும் வெகுவாய் ஊக்குவித்தது. மாநாடுகளுக்கு இடைப்பட்ட காலங்களில் கம்யூனிஸ்டு அகிலச் செயற்குழுதான் (க. அ. செ. கு.) கம்யூனிஸ்டு அகிலத்தின்

வழிகாட்டும் உறுப்பு. "ஒன்றுபட்ட கம்யூனிசத்துக்கு அவசியமான தோழமை மிக்க முழுநிறை நம்பிக்கை"[14] மூன்றாவது அகிலத்துடன் இணைந்த கட்சிகளிடையே இருக்க வேண்டுமென்று லெனின் வகுத்தளித்த நெறியால் வழிகாட்டப் பெற்று வந்த க.அ.செ.கு. தீர்மானங்களை வகுத்திடுகையில் ஒளிவுமறைவு இல்லாத, தோழமை வாய்ந்த கருத்துப் பரிமாற்றம் நடைபெறும்படி உறுதி செய்து கொள்ள பாடுபட்டது, பிரிவுகளால் முன்வைக்கப்பட்ட நடைமுறை ஆலோசனைகளைக் கணக்கில் எடுத்துக் கொண்டது.

கம்யூனிஸ்டுக் கட்சிகள் மெய்யான புரட்சிக் கட்சிகளாக வளர்ச்சி யடைவதற்காக லெனின் அவற்றுக்குத் தீர்மானகரமான உதவி அளித்தார். கோட்பாட்டை விட்டுப் பிறழாது ஒழுகும் மார்க்சிய பண்பினை கவனமாகவும் பரிவோடும் அவற்றுக்கு அவர் கற்றுத் தந்தார், புதுவகைக் கட்சிகளாக அவை திண்மை பெறும்படி ஊக்கு வித்தார். அவற்றின் அரசியல் செயற்பாட்டை அவர் விடாப்பிடியாகப் பாடுபட்டு ஓங்கச் செய்தார். உலகப் பாட்டாளி வர்க்கப் புரட்சி இலட்சியத்தின் பால், சோஷலிசத்தின் வெற்றியின் பால் கம்யூனிஸ்டு களுக்குள்ள பொறுப்புணர்ச்சியை அவர் ஓங்கச் செய்தார். முன்னாள் சமூக-ஜனநாயகவாதிகள் பலரும் கம்யூனிஸ்டுக் கட்சியில் இடம் பெற்றிருக்கிறார்கள், இவர்கள் தமது பழக்கங்களையும் கட்சியின் பாத்திரம் குறித்துத் தமது பழைய கருத்துக்களையும் இன்றும் விட்டொழிக்காதவர்கள், ஆகவே இக்கட்சிகள் மெய்யாகவே போர்க் குணம் வாய்ந்த வெகுஜனப் புரட்சிக் கட்சிகளாகும் பொருட்டு இவை தமது கட்டமைப்பையும் வேலை அனைத்தையும் அடிப்படையான முறையில் திருத்தி உருமாற்றிக் கொள்ளும் நீண்டநெடிய பிரயத் தனத்தை எதிர்நோக்கின என்று லெனின் மீண்டும் மீண்டும் வற்புறுத்தி வந்தார். கம்யூனிஸ்டுக் கட்சிகள் வர்க்கப் போராட்டத்தின் தேவை களுக்கு ஏற்ப வெகுஜனங்களுடன் தமது பிணைப்புகளின் கட்டமைப் பையும் நிறுவன வடிவங்களையும் திருத்தியமைத்துக் கொண்டு, பிழையற்ற கொள்கையை எப்படி வகுத்துக் கொள்ள வேண்டும் என்று அவற்றுக்கு அவர் போதித்தார்.

இரண்டாவது மாநாட்டின் தீர்மானங்கள் தொழிலாளி வர்க்க இயக்கத்தில் பாகுபாடு மேலும் தெளிவாக்குவதையும், முன்னேறிய தொழிலாளர்கள் கம்யூனிசத்தின் பக்கத்துக்கு வருவதையும், புதிய கம்யூனிஸ்டுக் கட்சிகள் விரைவாக உதித்தெழுவதையும் ஊக்குவித்தன. 1920 டிசம்பரில் ஜெர்மன் சுயேச்சை சமூக-ஜனநாயக் கட்சியின் பெரும் பான்மை உறுப்பினர்களைக் கொண்ட இடதுசாரியும் ஜெர்மன் கம்யூனிஸ்டுக் கட்சியும் இணைந்து ஜெர்மனியின் ஐக்கிய கம்யூனிஸ்டுக்

கட்சியாயின. பிரெஞ்சு சோஷலிஸ்டுக் கட்சி 1920 டிசம்பரில் தூர்ஸ் நகரில் நடைபெற்ற அதன் மாநாட்டில் மிகப் பெருவாரியான வாக்குகளின் பேரில், கம்யூனிஸ்டு அகிலத்தில் சேர்வதென முடிவெடுத்தது. இந்நிகழ்ச்சி பிரெஞ்சுக் கம்யூனிஸ்டுக் கட்சியின் பிறப்பைக் குறித்தது. 1921 ஜனவரியில் இத்தாலியக் கம்யூனிஸ்டுக் கட்சி நிறுவப் பெற்றது. 1921ஆம் ஆண்டின் தொடக்கத்தில் முதலாளித்துவ நாடுகளில் சுமார் 7,60,000 கம்யூனிஸ்டுகள் இருந்தனர். ருமேனியாவிலும் செக்கோஸ்லோவாக்கியாவிலும் சீனாவிலும் மற்றும் பல நாடுகளிலும் கம்யூனிஸ்டுக் கட்சிகள் உருவாகி வந்தன.

மார்க்சிய - லெனினியத்தைத் தமது பதாகையாகப் பிரகடனம் செய்த கம்யூனிஸ்டுக் கட்சிகள் உருவானதானது இந்நாடுகளின் தொழிலாளி வர்க்க இயக்கத்தில் ஒரு திருப்பு முனையாகவும், பாட்டாளிகளது வர்க்கப் போராட்டத்தில் ஒரு முக்கிய மைல்கல்லாகவும் திகழ்ந்தது.

1. **கம்யூனிஸ்டு அகிலத்தின் முதலாவது மாநாடு,** 1919 மார்ச், ருஷ்ய மொழிப் பதிப்பு, மாஸ்கோ, 1933, பக்கம் 173.
2. வி.இ. லெனின், **பூர்ஷ்வா ஜனநாயகத்தையும் பாட்டாளி வர்க்க சர்வாதிகாரத்தையும் பற்றி மார்ச்சு 4ந் தேதி சமர்ப்பித்த ஆய்வுரையும் அறிக்கையும்.**
3. அதே நூல்
4. **கம்யூனிஸ்டு அகிலம், 1919-43, ஆவணங்கள்,** லண்டன், 1956, பக்கம் 47.
5. வி.இ. லெனின், **கம்யூனிஸ்டு அகிலத்தின் இரண்டாவது மாநாடு.**
6. வி.இ.லெனின், **"இடதுசாரி" கம்யூனிசம்-இளம் பருவக்கோளாறு.**
7. அதே நூல்.
8. வி.இ. லெனின், **ருஷ்யாவின் கம்யூனிஸ்டுக் கட்சியின் (போல்ஷிவிக்கு) வேலைத்திட்டம்.**
9. வி.இ. லெனின், **உக்ரைனியத் தொழிலாளர்களுக்கும் விவசாயிகளுக்கும் கடிதம்.**
10. **கம்யூனிஸ்டு அகிலத்தின் இரண்டாவது மாநாடு,** மாஸ்கோ, 1920, பக்கங்கள் 523-24.
11. வி.இ. லெனின், **கம்யூனிஸ்டு அகில இரண்டாவது மாநாடு ஆய்வுரைகள்.**
12. அதே நூல்.
13. **கம்யூனிஸ்டு அகிலத்தின் இரண்டாவது மாநாடு,** மாஸ்கோ, 1920, பக்கம் 511
14. வி.இ. லெனின், **ருஷ்யாவின் கம்யூனிஸ்டுக் கட்சியின் (போல்ஷிவிக்கு) எட்டாவது காங்கிரஸ். கட்சி வேலைத்திட்டம் பற்றிய ஆவணம் குறித்து முடிவுரை, மார்ச் 19.**

2. வெகுஜனங்களுக்காக, தொழிலாளர்களது ஐக்கிய முன்னணிக்காகக் கம்யூனிஸ்டு அகிலத்தின் போராட்டம் (1921-1923)

1920ஆம் ஆண்டின் இறுதியிலும் 1921ஆம் ஆண்டின் தொடக்கத்திலும் சர்வதேச நிலைமை பெரிதும் மாறிவிட்டது. சோவியத் ருஷ்யாவின் உழைப்பாளி மக்கள் போல்ஷிவிக்குக் கட்சியின் தலைமையில், ஏகாதிபத்தியத் தலையீட்டாளர்களையும் உள்நாட்டு எதிர்ப்புரட்சி சக்திகளையும் தோற்கடித்து, சோவியத் ஆட்சியதிகாரத்தை உறுதியாக நிலைபெறச் செய்தனர்.

சோவியத் மக்களும் சர்வதேசப் பாட்டாளி வர்க்கமும் பெற்ற இந்த வரலாற்றுச் சிறப்பான வெற்றி, பிற்போக்கு வர்க்கங்களது படைபல எதிர்ப்பை முறியடிப்பது மெய்யாகவே சாத்தியம்தான் என்பதைத் தெளிவாக நிரூபித்தது.

அதேபோது முதலாளித்தவ நாடுகளில் புரட்சிப் போராட்டம் குறிப்பிடத்தக்கவாறு தணிவுற ஆரம்பித்தது. வலதுசாரி சமூக-ஜனநாயக வாதிகளுடைய துரோகத்தனமான கொள்கையைத் துணையாகக் கொண்டு முதலாளித்துவ வர்க்கத்தினர் பல நாடுகளில் தொழிலாளி வர்க்கத்தின் நடவடிக்கைகளை நசுக்குவதில் வெற்றியடைந்தனர். வட இத்தாலியில் ஆலைகளைக் கைப்பற்றுவதற்கான தொழிலாளர் போராட்டமும்(1920 செப்டம்பர்), செக்கோஸ்லோவாக்கியத் தொழிலாளர்களது பொது வேலை நிறுத்தமும் (1920 டிசம்பர்), மத்திய ஜெர்மனியில் தொழிலாளர்கள் மேற்கொண்ட செயல்களும் (1921 மார்ச்) தோற்றுப்போயின. சில நாடுகளில் தொழிலாளர்கள் பல முக்கிய பொருளாதார, சமூகச் சலுகைகளை முதலாளித்துவ வர்க்கத் தாரிடமிருந்து அடித்துப் பறித்துக் கொண்டனர் என்ற போதிலும், மொத்தத்தில் புரட்சிகரப் பாட்டாளி வர்க்கத்தினரது செயல்கள் தோற்கடிக்கப்படலாயின. முதலாளித்துவ வர்க்கம் தொழிலாளி வர்க்கத்தின் மீது தாக்குதல் நடத்த முற்பட்டது.

புரட்சி அலை அடங்கி, தொழிலாளி வர்க்கம் தற்காப்புப் போராட்டத்துக்கு மாறியதைத் தொடர்ந்து, கம்யூனிஸ்டுக் கட்சிகள் ஒரு புதிய கொள்கையை அனுசரிப்பது அவசியமாகியது. பாட்டாளி

வர்க்க சக்திகளை ஒரு சேர இணைத்திடுவதும், விரிவான வெகுஜனப் பகுதிகளைப் போராட்டத்துள் ஈர்த்திடுவதும், உழைப்பாளி வெகு ஜனங்களில் பெரும்பான்மையோரைக் கம்யூனிஸ்டுகளின் தரப்புக்கு வரும்படிக் கவர்ந்து கொள்வதுமே பிரதான பணியாக இருந்தது. இந்தப் பிரச்சினைகள்தான், 1921 ஜூன் 22லிருந்து ஜூலை 12வரை மாஸ்கோவில் கூடிய கம்யூனிஸ்டு அகிலத்தின் மூன்றாவது மாநாட்டின் விவாதங்களுக்குக் குவிமையமாகின. 48 நாடுகளின் கம்யூனிஸ்டுக் கட்சிகளும் உட்பட 103 பாட்டாளி வர்க்க நிறுவனங்களின் பிரதி நிதிகள் இந்த மாநாட்டில் கலந்து கொண்டார்கள். தொழிலாளி வர்க்கத்தினரிலும் உழைப்போரும் ஒடுக்கப்படுவோருமான வெகு ஜனங்களிலும் பெரும்பான்மையோரைத் தம் பக்கத்துக்கு ஈர்த்துக் கொள்ளும் நோக்கம் கொண்ட கம்யூனிஸ்டுக் கட்சிகளது போராட்டத்தின் புதிய நிலைமைகளுக்கும் பணிகளுக்கும் பொருத்த மான ஆதாரநெறியையும், போர்த்தந்திரத்தையும் இந்த மாநாடு வகுத்திட்டது. “வெகுஜனங்களிடையே செல்வோம்!” என்னும் முழக்கத்தைக் கம்யூனிஸ்டுகளுடைய வேலையின் பிரதான முழக்கமாகு மென இம்மாநாடு பறைசாற்றியது. வெகுஜனங்களைத் தம் பக்கத்துக்கு ஈர்த்துக் கொள்வதற்கும், தொழிலாளி வர்க்கத்தினரில் பெரும் பாலோருக்குத் தலைமை தாங்கவும் இவர்களைப் புதிய போர்களுக்குத் தயார் செய்யவும் வல்லவையான வெகுஜனக் கட்சிகளாக வளர்வதற்கும் கம்யூனிஸ்டுக் கட்சிகள் பின்பற்ற வேண்டிய பாதையை இம்மாநாடு எடுத்துரைத்தது. கம்யூனிஸ்டுக் கட்சிகளில் இருந்த இடதுசாரி வறட்டுச் சூத்திரவாதக் கூறுகள் வெகுஜனங்களில் பெரும்பான்மையோரை ஈர்த்துக் கொள்வதன் அவசியத்தைப் புரிந்து கொள்ளாமல், தயாரிப்பு செய்யப்படாத, காலத்துக்கு முற்பட்டவையான செயல்களில், நிச்சயம் தோல்வியடைந்தே தீரும்படியான செயல்களில் இறங்கும் அபாய கரமான பாதையில் கட்சிகளை இழுத்துவிட முயன்றன; இக்கூறுகளை விடாப்பிடியாக எதிர்த்துப் போராடித்தான் இந்த அரசியல் கொள்கை நெறி வகுக்கப்பட்டது. பல நாடுகளைச் சேர்ந்த பிரதிநிதிகள் இடது சாரி நிலைகளை அனுசரித்தனர், நிலைமையைக் கவனியாமலே கம்யூனிஸ்டு கட்சிகள் உடனடியாகத் தீர்மானகரமான செயல்களில் இறங்க வேண்டுமென்று கோரிய “தாக்குதல் தத்துவம்” ,என்ற நெறிக்காக வாதாடினார்.

ஜூலை 1ல் மாநாடு அமர்வில் கம்யூனிஸ்டு அகிலத்தின் போர்த் தந்திரங்களை ஆதரித்து லெனின் உரை நிகழ்த்தினார். “இடதுசாரி” சந்தர்ப்பவாதம் பிரம்மாண்டமானதோர் அபாயமாகும் என்றும், “இப்படிப்பட்ட ‘இடதுசாரி’ அசட்டு வாதங்களை எதிர்த்து மாநாடானது முழுமூச்சுடன் தாக்குதல் நடத்தாவிடில் இயக்கம்

முழுதும் பாழாகிவிடும்"[1] என்றும் அவர் தெளிவுபடுத்தினார். தொழிலாளி வர்க்கத்தினரில் பெரும்பான்மையோரை மட்டுமின்றி, பொதுவாக உழைப்பாளி மக்களில் பெரும்பான்மையோரையும் கம்யூனிஸ்டுக் கட்சிகள் தம்பக்கத்துக்கு வந்துவிடும்படி ஈர்த்துக் கொள்வது அவசியமென்பதை லெனின் தமது உரையில் தெளிவுபட நிரூபித்துக் காட்டினார். மாநாடு தீர்மானங்களுக்கு இது அடிநிலைக் கருத்தாகியது. வெகுஜனங்களிடையே மிகவும் விறுவிறுப்பாக, விரிவாக வேலை செய்தலையும், வெகுஜனங்களை வர்க்கப் போராட்டத்துள் ஈர்த்திடுதலையும் நோக்கிக் கம்யூனிஸ்டுக் கட்சிகளை இத்தீர்மானங்கள் திசையமைவு பெறச் செய்தன.

இடதுசாரித் "தாக்குதல் தத்துவமும்" சாகசவாதமும் வறட்டுச் சூத்திரவாதமும் எப்படித் தத்துவார்த்த வழியில் செல்லத்தக்கவை அல்ல என்பதையும், அரசியல் வழியில் தீங்கிழைப்பதாய் இருக்கிறது என்பதையும் தெளிவுபடுத்தியதுடன் கூடவே, வலதுசாரி சந்தர்ப்ப வாதத்தை எதிர்த்துத் தொடர்ந்து போராடுவதன் அவசியத்தையும் லெனின் எடுத்துரைத்தார்.

கம்யூனிஸ்டுக் கட்சிகளது உதயத்தின் முதற் கட்டம், சந்தேகத்துக்கு இடமின்றி திட்டவட்டமாகவும் முடிவாகவும் தீர்மானமாகவும் சீர்திருத்தவாதத்திடமிருந்து முறித்துக் கொள்வதில் அடங்கியிருந்தது என்றார் லெனின். "இரண்டாவது கட்டம் புரட்சி முழக்கங்களைத் திருப்பித் திருப்பிச் சொல்லிக் கொண்டிருக்கும் ஒன்றாய் ஒருக்காலும் இருக்க முடியாது; விவேகமும் திறமையும் வாய்ந்த நமது தீர்மானங்கள் ஏற்கப்படும் கட்டமாகவே இருக்க வேண்டும்-நமது தீர்மானங்கள் எப்போதுமே இத்தன்மையனவாகவே இருக்க வேண்டும், அடிப்படை புரட்சிக் கோட்பாடுகள் வெவ்வேறு நாடுகளின் பிரத்தியேக நிலைமை களுக்குத் தகவமைக்கப்பட வேண்டுமெனக் கூறுவனவாகவே இருக்க வேண்டும்."[2] நெகிழ்வான, எச்சரிக்கை வாய்ந்த போர்த்தந்திரத்தை அனுசரிப்பது அவசியமென்பதை கம்யூனிஸ்டுகளது கவனத்திற்குக் கொண்டு வந்த அதே நேரத்தில், எவ்விதத்திலும் இது புரட்சிப் போராட்டத்தைக் கைவிடுவதாக இருக்கலாகாதென்பதை லெனின் வெகுவாய் வலியுறுத்திக் கூறிக் கம்யூனிஸ்டுகளை இது குறித்து எச்சரித்தார். ஜெர்மன் கம்யூனிஸ்டுக் கட்சி மத்தியக் குழுவின் "பகிரங்கக் கடிதம்" (1921 ஜனவரி) வெகுஜனங்களை ஈர்த்துக் கொள்வதற்குரிய பிழையற்ற போர்த்தந்திரத்துக்கு நடைமுறை முன்மாதிரியாகுமென லெனின் இக்கடிதத்தைப் போற்றினார். உழைப்பாளி மக்களுடைய ஜீவாதாரத் தேவைகளுக்கான போராட்டத்தில் கூட்டாகச் செயல்பட வேண்டுமென்று இக்கடிதம் தொழிலாளர் நிறுவனங்கள் யாவற்றுக்கும் வலியுறுத்தியது.

லெனினது தீர்மானகரமான உதவியுடன் மூன்றாவது மாநாடு, சர்வதேசக் கம்யூனிஸ்டு இயக்கத்தின் வரலாற்றில் ஒரு புதிய கட்டத்தை, பாட்டாளி வர்க்கக் கூட்டு முன்னணி அமைக்கப்படும் கட்டத்தைத் துவக்கி வைத்தது.

உலக அரங்கில் சோஷலிஸ்டு, முதலாளித்துவ ஆகிய இரு அமைப்புகளுக்கு இடையிலான போராட்டத்தின் எதிர்காலப் போக்கு களில் மூன்றாவது மாநாடு மிகுந்த கவனம் செலுத்தியது. ருஷ்யாவின் கம்யூனிஸ்டு கட்சியின் (போல்ஷிவிக்குகள்) போர்த்தந்திரம் குறித்து இந்த மாநாட்டில் நிகழ்த்தப்பட்ட தமது உரையில், உலகப் புரட்சிப் போக்கின் பிரதான சக்திகளை லெனின் விவரித்தார்; சோவியத் ருஷ்யாவில் கட்டியமைக்கப்படும் சோஷலிமும் சோவியத் ருஷ்யாவின் பொருளாதாரக் கொள்கையும் அனைத்து உலகின் மீது அளவுகடந்த செல்வாக்கு செலுத்தும் என்றார். இது சம்பந்தமாக அவர் சோவியத் ருஷ்யாவின் புதிய பொருளாதாரக் கொள்கையின் சாரப்பொருளை விளக்கிக் கூறினார்; தொழிலாளி வர்க்கத்துக்கும் விவசாயிகளுக்கும் இடையிலான கூட்டணியின் பொருளாதார அடித்தளத்தை வலிமை பெறச் செய்வதே இக்கொள்கையின் குறிக்கோள் என்றார். இந்தக் கொள்கையின் சர்வதேச முக்கியத்துவத்தை அவரது உரை எடுத் துரைத்து வலியுறுத்தியது.

புரட்சிகரக் குறிக்கோள்களை சோவியத் ருஷ்யா துறந்து விட்டதாகக் கூறி "அதீத இடதுசாரிகள்" ருஷ்யாவின் கம்யூனிஸ்டுக் கட்சி (போல்ஷிவிக்குகள்) மீது சுமத்திய அபத்தக் குற்றச்சாட்டுகளை இந்த மாநாடு நிராகரித்தது. "சோவியத் ருஷ்யாதான் உலகப் புரட்சியின் முதலாவதும் முதன்மையானதுமான கோட்டையாகக் கருதப்படு வதாகும்"[3] என்று இந்த மாநாடு தனது தீர்மானங்களில் பறைசாற்றியது.

கம்யூனிஸ்டுக் கட்சிகளின் ஒற்றுமைக்கும் சர்வதேசக் கம்யூனிஸ்டு இயக்கத்தின் ஒற்றுமைக்கும் இந்த மாநாடு தனி முக்கியத்துவம் அளித்தது. கம்யூனிஸ்டு அகிலத்தைத் தேசியப் பிரிவுகளின் கூட்டு முயற்சிகளால் தோற்றுவிக்கப்பட்ட உலகளாவிய கட்சியாகச் சோதரக் கட்சிகள் கருதின, ஒவ்வொரு தேசியப் பிரிவும் இந்த சர்வதேச நிறுவனத்தின் சமத்துவ உறுப்பினராக இருந்தது, இதன் எல்லாச் செயல்களுக்கும் பொறுப்பு ஏற்றுக்கொண்டது.

மூன்றாவது மாநாட்டுக்கு பிறகு கம்யூனிஸ்டு அகிலமும் கம்யூனிஸ்டுக் கட்சிகளும் முதலாளித்துவ வர்க்கத்தின தாக்குதலை எதிர்த்தும், பாசிஸ்டு ஆபத்தும் யுத்த அபாயமும் வளர்ந்து வந்ததை எதிர்த்தும் பாட்டாளிப் பெருந்திரள் மக்களை ஒன்றுதிரளச் செய்வதற்காக விரிவான அளவில் வேலைகளைத் தொடங்கின.

முதலாளித்துவ சக்திகள், பிற்போக்கு சக்திகள் இவற்றின் தாக்குதலை எதிர்த்துக் கூட்டாகச் செயல்பட வேண்டுமென்று சீர்திருத்தவாத சர்வதேச மைய நிறுவனங்களுக்குக் கம்யூனிஸ்டு அகிலம் திரும்பத் திரும்ப அழைப்பு விடுத்தது. 1921 டிசம்பரில் கம்யூனிஸ்டு அகிலத்தின் செயற்குழு தொழிலாளர் கூட்டு முன்னணியைப் பற்றிய ஆய்வுரை களை வகுத்து ஏற்றுக் கொண்டது. இந்த முன்னணியினது போர்த் தந்திரத்தின் அடிப்படை விவரங்களை இவை எடுத்துரைத்தன. தொழிலாளி வர்க்கத்தின் கூட்டு முன்னணியைக் கம்யூனிஸ்டுகள் அரசியல் செயற்பாட்டின் அடிப்படை கோட்பாடாக, பாட்டாளி வர்க்க விடுதலைப் போராட்டத்தின் வெற்றிக்கான முதல் நிபந்தனை யாகக் கருதுகிறார்கள். "கூட்டு முன்னணிப் போர்த்தந்திரத்தின் பொருளும் நோக்கமும் மூலதனத்துக்கு எதிரான போராட்டத்தில் மேலும் மேலும் விரிவான தொழிலாளர் பெருந்திரளினரை ஈடுபடும் படிக் கவர்ந்திழுப்பதுதான்-இம்மாதிரியான கூட்டுப் போராட்டம் நடத்தும்படி இரண்டாவது, 'இரண்டரையாவது' அகிலங்களின் தலைவர்களுக்குங்கூட திரும்பத் திரும்ப அழைப்பு விடுக்கத் தயங்கலாகாது"[4] என்று லெனின் எழுதினார். தொழிலாளர்களது மிகவும் அவசரமான, ஜீவாதார நலன்களுக்காவும் அவர்களது பொருளாதார கோரிக்கைகளுக்காகவும் ஜனநாய உரிமைகளுக்காகவும் சுதந்திரங்களுக்காகவும் கூட்டாகச் செயல்களை மேற்கொள்வதன் அடிப்படையில் மக்கள் பெருந்திரளினரை ஐக்கியப்படுத்த கம்யூனிஸ்டுகள் பாடுபட வேண்டும். கூட்டு முன்னணிப் போர்த்தந்திரம் சீர்திருத்தவாதி களுடன் இணக்கம் காண்பதையோ, சித்தாந்தப் போராட்டத்தில் விட்டுக் கொடுப்பதையோ குறிக்கவில்லை. கூட்டு முன்னணியைச் செயல்படுத்துவதில் நெகிழ்வுத் தன்மையுடன், புரட்சிகரக் கொள் கையின் கோட்பாடுகளைப் பாதுகாப்பதில் வைராக்க ஊறுதியை இணைத்துக் கொள்ள வேண்டும். சமூக-ஜனநாயகக் கட்சிகளுடன் உடன்பாடு செய்து கொள்ளும் கம்யூனிஸ்டுக் கட்சிகள் தமது கருத் தோட்டங்களை எடுத்துரைக்கவும் கம்யூனிஸ்டுகளது பகைவர்கள் குறித்து விமர்சிக்கவும் முழுச் சுதந்திரத்தைப் பாதுகாத்துக் கொள்ள வேண்டுமென்று கம்யூனிஸ்டு அகிலத்தின் செயற்குழு குறிப்பிட்டது. கம்யூனிஸ்டு அகிலம் வெளியிட்ட கூட்டு முன்னணி முழக்கத்துக்கு மக்கள் பெருந்திரளினர் ஆர்வமிக்க ஆதரவு அளித்தனர். உழைப்பாளி மக்களுடைய ஜீவாதார நலன்கள் முதலாளிகள், பிற்போக்கு சக்திகளின் தாக்குதலால் மேலும் மேலும் அச்சுறுத்தப்பட்டு வந்தன, பாட்டாளி வர்க்கத்தை ஆதாரமாகக் கொண்ட எல்லா நிறுவனங்களும் இந்த ஜீவாதார நலன்களைப் பாதுகாப்பதற்காகக் கூட்டாக நடவடிக் கைகள் எடுக்க வேண்டுமென்று மக்கள் பெருந்திரளினர் கோரினர்.

சர்வதேச அளவிலும் தொழிலாளர்களது கூட்டு முன்னணியை நிறுவ கம்யூனிஸ்டு அகிலம் பாடுபட்டது. கம்யூனிஸ்டு அகிலம், இரண்டாவது அகிலம், 1921ல் எழுந்த மையவாத அகிலமான "இரண்டரையாவது" அகிலம் எனப்படுவது ஆகிய மூன்று அகிலங்களது மாநாட்டுக்கு ஏற்பாடு செய்ய அது முழுமூச்சுடன் வேலை செய்தது. மூன்று அகிலங்களது பிரதிநிதிகளின் மாநாடு ஒன்று பெர்லினில் 1922 ஏப்ரல் 2ல் கூட்டப்பட்டது. தொழிலாளர்களுக்கு மிகவும் அவசர அவசியமானவையாகவும் கவலைக்குரியனவாகவும் இருந்த நடைமுறை பிரச்சினைகள் குறித்து தொழிலாளி வர்க்கத்தின் பல்வேறு படைப்பிரிவுகளுக்கும் இடையே, அவற்றிடம் நிலவிய அடிப்படையான அரசியல் கருத்து வேறுபாடுகளையும் மீறி, உடன்பாட்டை ஏற்படுத்துவதென்ற கம்யூனிஸ்டு அகிலக் கொள்கை வழி பிழையற்றது என்பதற்கு இந் நிகழ்ச்சி சான்றாகும். ஆனால் தொழிலாளர்களது கூட்டு நடவடிக்கைகள் குறித்து இம்மாநாட்டில் ஏற்கப்பட்ட தீர்மானங்கள் செயல்படுத்தப்பட இரண்டாவது, "இரண்டரையாவது" அகிலங்களின் தலைவர்கள் இடையூறு செய்தனர், சர்வதேச அளவில் பாட்டாளி வர்க்கக் கூட்டு முன்னணி நிறுவப்படுவதற்கு இவ்விதம் இவர்கள் முட்டுக்கட்டை போட்டனர்.

கம்யூனிஸ்டு அகிலத்தின் நான்காவது மாநாடு 1922 நவம்பர் 5லிருந்து டிசம்பர் 5 வரை நடைபெற்றது (முதலாவது அமர்வு பெத்ரொகிராதிலும் ஏனையவை மாஸ்கோவிலும் நடந்தேறின.) 58 நாடுகளின் கம்யூனிஸ்டுக் கட்சிகளும் அடங்கலாய் 66 பாட்டாளி வர்க்க நிறுவனங்களின் பிரதிநிதிகள் இந்த மாநாட்டில் கலந்து கொண்டார்கள். சர்வதேசத் தொழிலாளி வர்க்க ஒற்றுமைக்காக மேற்கொள்ளப்பட்ட முயற்சிகளின் ஆரம்ப விளைவுகளை இம்மாநாடு தொகுத்து உரைத்தது, சோஷலிசப் புரட்சியை நோக்கி மக்கள் பெருந்திரளினரை இட்டுச் செல்வதற்கான புதிய பாதைகளை ஆராய்ந்து அறிவதில் முக்கிய முன்னேற்றம் கண்டது. சர்வதேசக் கம்யூனிஸ்டு இயக்கத்தின் ஆதாரநெறியையும் போர்த்தந்திரத்தையும் வளர்த்துச் சென்று இந்த மாநாடு, முதலாளித்துவ நாடுகளில் பாட்டாளி வர்க்கச் சர்வாதிகாரத்தைச் சென்றடைவதற்குச் சாத்தியமான ஒரு வடிவமாய்ப் பாட்டாளி வர்க்கக் கூட்டு முன்னணியின் அடிப்படையில் தொழிலாளர்கள், விவசாயிகளது அரசாங்கத்துக்கான முழக்கத்தை முன்வைத்தது. பாட்டாளி வர்க்கத்தின் புரட்சிப் பணிகளுக்கும் பொதுவான ஜனநாயக உரிமைகளையும் சுதந்திரங்களையும் பாதுகாத்துக் கொள்வதற்கும் விரிவாக்கிச் செல்வதற்குமான பணிகளுக்கும், பிற்போக்கையும் பாசிஸத்தையும் எதிர்த்துப் போராடும் பணிகளுக்கும் உள்ள நெருங்கிய பிணைப்பை இம்மாநாடு சுட்டிக்

காட்டியது. வென்று பெறப்படும் அரைகுறையான சலுகை ஒவ்வொன்றும் புரட்சிப் போராட்டத்தால் கிடைக்கப் பெறும் விளைவாகும், இயக்கத்தை இது ஒரு புதிய உயர் நிலையை நோக்கி ஒரு படி முன்னேறச் செய்யக் கூடியதாகும் என்ற லெனின் கருத்தை மாநாடு ஆதாரமாகக் கொண்டது. அந்தந்தக் கட்சியும் செயல்பட வேண்டியிருந்த நிலைமைகளுக்கு ஏற்ப ஸ்தூலமான இடைநிலைக் கோரிக்கைகளை வகுத்துக் கொண்டு செயல்படும் கடமையை நான்காவது மாநாடு கம்யூனிஸ்டுக் கட்சிகளுக்கு அளித்தது. உழைப்பாளி மக்கள் பெருந்திரளினருக்குத் தலைமை தாங்கிப் புரட்சியை நோக்கி அழைத்துச் செல்வதை ஓரளவு எளிதாக்கக் கூடிய பிரத்தியேகமான, தனிப்பட்ட தேசிய வழிகளை ஆராய்ந்து அறிந்து கொள்வதை நோக்கி இம்மாநாடு கம்யூனிஸ்டுக் கட்சிகளைத் திசையமைவு செய்தது.

"ருஷ்யப் புரட்சியின் ஐந்து ஆண்டுகளும் உலகப் புரட்சியின் வளர்ச்சி வாய்ப்புகளும்" என்பது குறித்து லெனின் இந்த மாநாட்டில் உரை நிகழ்த்தினார். உலகப் புரட்சி இயக்கத்தின் வெவ்வேறு படைப் பிரிவுகளது பணிகளையும் அவர் இந்த உரையில் சுருக்கமாய் விவரித்தார். பாசிஸ்டு அபாயத்தின் விளைவாய், மக்கள் பெருந்திரளினரைப் பிற்போக்குக்கு எதிரான போராட்டத்தில் ஒன்றுபடச் செய்யும் பணியானது மேலும் மேலும் அதிகமாய் முன்னிலைக்கு வந்து கொண்டிருந்ததை அவர் கம்யூனிஸ்டுகளுக்குச் சுட்டிக்காட்டினார். இந்தப் போராட்டத்தில் கம்யூனிஸ்டுக் கட்சிகள் பெறும் அனுபவம் ருஷ்யாவின் கம்யூனிஸ்டுக் கட்சியின் (போல்ஷிவிக்குகள்) புரட்சிகர அனுபவத்தைக் கிரகித்துக் கொள்வதற்கும் பயன்படுத்துவதற்கும் அவற்றுக்கு உதவியாக இருக்கும் என்றார். "... புரட்சிகர வேலைகளின் ஒழுங்கமைப்பு, கட்டமைப்பு, வழிமுறை, உள்ளடக்கம் ஆகியவற்றை மெய்யாகவே புரிந்து கொள்வதுதான்."[5] சோதரக் கட்சிகளின் முன்னுள்ள மிக முக்கியப் பணி என்று அவர் கூறினார்.

புதிய பொருளாதாரக் கொள்கை சோவியத் நாட்டில் சோஷலிசத்தின் வெற்றிப் பாதையைச் செப்பனிடும் கொள்கையாகும் என்பதை விளக்கிக் கூறி, இக்கொள்ளையின் பொதுக் கோட்பாடுகள் சோஷலிச சமுதாயத்தை அமைத்திடும் பாதையை மேற்கொள்ளும் எல்லா நாடுகளுக்கும் பொருந்துவனவாகும் என்று லெனின் திரும்பவும் குறிப்பிட்டார். நான்காவது மாநாடு அதன் தீர்மானங்களில் உலகப் பாட்டாளி வர்க்கத்துக்கு சோவியத் ருஷ்யா தான் மிகவும் முக்கியமான காப்பரணும் கோட்டையுமாகுமென்றும், வரலாற்று முக்கியத்துவம் வாய்ந்த புரட்சிகர அனுபவத்தின் களஞ்சியமாகுமென்றும் வலியுறுத்திக் கூறியது. சோவியத் நாட்டின் உழைப்பாளி மக்களுக்கு, சோஷலிசத்தின்

வெற்றிக்கான அவர்களது வீரமிக்க முயற்சிகளுக்கு ஆதரவளிக்கும்படி எல்லா நாடுகளின் பாட்டாளி வர்க்கத்தினருக்கும் இந்த மாநாடு வற்புறுத்தியது.

காலனி, சார்பு நாடுகளின் தேசவிடுதலை இயக்கத்தின் அனுபவத்தைத் தொகுத்து உரைத்து, நான்காவது மாநாடு ஏகாதிபத்திய - எதிர்ப்புக் கூட்டு முன்னணிக் கோஷத்தை முன்வைத்தது; இந்நாடுகளில் ஏகாதிபத்திய - எதிர்ப்பு, பிரபுத்துவ - எதிர்ப்பு, ஜனநாயகப் புரட்சிக்கான வேலைத்திட்டத்தை வகுத்தளித்தது. ஏகாதிபத்தியத்துக்கு எதிரான போராட்டத்தில் தேசிய முதலாளித்துவ வர்க்கத்தின் முன்னுக்குப்பின் முரணான நிலையைத் தெளிவுபடுத்தி, இம்மாநாடு அதேபோது தேசிய முதலாளித்துவ வர்க்கத்துக்கும் காலனியாதிக்கவாதிகளுக்கும் இடையிலுள்ள முரண்பாடுகளைச் சுட்டிக்காட்டி, ஏகாதிபத்திய - எதிர்ப்பு, பிரபுத்துவ - எதிர்ப்புப் புரட்சியின் பிரதான பணிகளை நிறைவேற்றுவதில் தேசிய முதலாளித்துவ வர்க்கம் அக்கறை கொண்டிருந்ததை எடுத்துரைத்தது. ஏகாதிபத்தியத்துக்கு எதிராய் தேசவிடுதலை இயக்கங்களுக்கு ஆதரவளிக்க வேண்டுமென்ற லெனின் கருத்துக்களை இச்சந்தர்ப்பத்தில் மாநாடு வளர்த்திட்டது. ஏகாதிபத்திய-எதிர்ப்புக் கூட்டு முன்னணிக் கோஷம் தேசவிடுதலை இயக்கத்தின் எல்லா சக்திகளையும் ஏகாதிபத்தியத்துக்கு எதிரான போராட்டத்தில் ஒன்றுதிரளச் செய்வதற்கு உதவியது.

வெகுஜனங்களிடையிலான வேலைகளை விரிவுபடுத்திச் செல்லும் பணியை வகுத்தளித்து இம்மாநாடு, தொழிற்சங்க இயக்கத்தில் ஒற்றுமைக்காக, இவ்வியக்கத்தில் பிளவினை மீறிச் செல்வதற்காகப் பாடுபடுவதன் அவசியத்தை வலியுறுத்தியது. சீர்திருத்தவாத ஆம்ஸ்டர்டாம் தொழிற்சங்க அகிலத்துடன் (1919ல் உருவானது) இணைந்த தொழிலாளிப் பெருந்திரளினரும் தொழிற்சங்கச் சிவப்பு அகிலத்தை (1921ல் நிறுவப்பெற்றது) சேர்ந்த தொழிலாளர்களும் முதலாளித்துவத் தாக்குதலுக்கு எதிரான போராட்டத்தில் ஒத்துழைக்க முடியும், ஒத்துழைக்கவும் வேண்டும் என்று கம்யூனிஸ்டு அகிலம் கூறியது.

பாசிஸமானது தொழிலாளி வர்க்கத்துக்கும் ஜனநாயக சக்திகள் யாவற்றுக்கும் நேர் விரோதமான ஒரு சக்தியாகுமென்று கூறி இந்த மாநாடு, பாசிஸத்துக்கு எதிரான போராட்டம் குறித்து முக்கியமான பல முன்மொழிவுகளை வகுத்தளித்தது.

உலகப் புரட்சிப் போக்கின் வளர்ச்சி வாய்ப்புகள் குறித்து லெனினது நூல்களில் அடங்கியுள்ள பகுத்தாய்வினை வழிகாட்டியாகக் கொண்டு,

சர்வதேசக் கம்யூனிஸ்டு இயக்கத்தின் தத்துவத்தையும் போர்த் தந்திரத்தையும் கம்யூனிஸ்டு அகிலம் வளர்த்திட்டது. சோவியத் யூனியனில் சோஷலிசக் கட்டுமானத்துக்கான லெனின் திட்டம், சோவியத் கம்யூனிஸ்டுக் கட்சியின் செயல்களுக்கு அடித்தளமாய் அமைந்தது. லெனின் தமது பகுத்தாய்வில் வெற்றிகரப் பாட்டாளி வர்க்கப் புரட்சிக்குரிய நாட்டின் சக்திகளும், முதலாளித்துவ நாடுகளின் தொழிலாளி வர்க்க இயக்கமும், உலக மக்கள் தொகையில் மிகப் பெரும் பெரும்பான்மைப் பகுதியைக் கொண்ட ஒடுக்கப்பட்ட தேசங் களது தேசவிடுதலை இயக்கமும் ஆகிய யாவும் ஏகாதிபத்தியத்துக்கு எதிரான போராட்டத்தில் ஒன்றுபடுவதைச் சுட்டிக்காட்டினார். கம்யூனிஸ்டுகள் புரட்சிக்காக எப்படி ஆக்க வழியில் வேலை செய்ய வேண்டுமென்று, தத்தமது நாட்டில் வர்க்கப் போராட்டத்தின், புரட்சியினது வளர்ச்சியின் பிரத்தியேக இயல்புகளை எப்படிப் பகுத்தாராய வேண்டுமென்று போதனை செய்தார். கம்யூனிஸ்டுகள் அவர்களது நாட்டின் நிலைமைக்கும் புரட்சிப் போராட்டத்தில் வர்க்க சக்திகளது பரஸ்பர நிலைக்கும் மற்றும் உலகப் புரட்சி இயக்கத்தின் பணிகளுக்கும் பொருத்தமாயிருக்கும் பிழையற்ற கொள்கையைக் கடைப்பிடிப்பதன் அவசியத்தை அவர் வலியுறுத்தினார். ஆரம்பம் முதற்கொண்டே கம்யூனிஸ்டு அகிலத்தின் சித்தாந்த, நிறுவன உறுதிப் பாட்டில் லெனின் தலையாய கவனம் செலுத்தினார். கம்யூனிஸ்டு அகிலத்தின் மாநாடுகளில் அவர் நிகழ்த்திய உரைகளும் சொற் பொழிவுகளும், **“இடதுசாரி” கம்யூனிசம் - இளம் பருவக்கோளாறு** என்ற அவரது புத்தகமும், அவரது தத்துவார்த்த, நடைமுறை செயற் பாடு அனைத்துமே இளம் கம்யூனிஸ்டு இயக்கத்தை ஒருசேர இணைத்து உறுதி பெறச் செய்வதையும், அதன் செயல்திறனை உயர்த்து வதையும் நோக்கமாகக் கொண்டிருந்தன. அனைவருக்கும் போர்த் தந்திரத்தில் முன்மாதிரியாக அமைந்த போல்ஷிவிசத்தின் அனுபவத்தை ஆக்க வழியில் கற்றுப் பாண்டித்தியம் பெறுவது சோதரக் கட்சிகளுக்கு எவ்வளவு அவசியமாகுமென்று பல சந்தர்ப்பங்களில் லெனின் குறிப்பிட்டு வந்தார். அதே போது ருஷ்ய முன்மாதிரியை மாறாத உருப்படிவமாக்கி, இயந்திரப் பாங்கில் காப்பியடிக்கலாகாது என்பதை இடையறாது அவர் வலியுறுத்தி வந்தார். இந்தக் காலகட்டத்தில் கம்யூனிஸ்டு இயக்கத்தின் தலைவர்களது பெருந் தொகுதி ஒன்று லெனினை மையமாகக் கொண்டு அமைந்திருந்தது. பாட்டாளி வர்க்கப் போராட்டத்தின் முதுபெரும் புரட்சியாளர்களும் இளம் புரட்சி யாளர்களுமான இரு சாராரும் இதில் இருந்தார்கள்: டி. பிலகோயேவ், கி. திமித்ரோவ், வி. கொலாரவ் (பல்கேரியா), டி. பெல், வி. கலாஹர்,

அ. மாக்மானஸ் (கிரேட் பிரிட்டன்), எ. வார்கா, பெ. குன் (ஹங்கேரி), எப். ஹெக்கெர்ட், வி. பீக், எ.தேல்மன், வா. உல்பிரிஹ்ட், கி. ஸெத்கின் (ஜெர்மனி), அ. கிராம்ஷி (இத்தாலி), கி. ஸ்தூச்கா (லாத்வியா), வி. மித்ஸ்கியா விச்சியுஸ்-கபிப்புகுக்காஸ் (லித்துவேனியா), கி. வலெத்ஸ்கி, அ. வார்ஸ்கி, எம். கொஷூத்ஸ்காயா, யூ. மார்க்லெவ்ஸ்கி (போலந்து), ஜ. ரீடு, சி. ரூத்தென்பெர்க், வி.ஃபாஸ்டர் (அமெரிக்க ஐக்கிய நாடு), எம்.சுபி (துருக்கி), ஒ. கூஸினின், ஐ. சிரோலா (பின்லாந்து), பி. வாயான்-குத்துரியே, எம்.காஷேன், பி. செமார் (பிரான்சு), அ. ஸப்பத்தோத்ஸ்கி, பி.ஷ்மெரால் (செக்கோஸ்லோவாக்கியா), எல்.ரெக்கபரென் (சிலி), எப், பிளாட்டன் (சுவிட்ஸர்லாந்து), வி. கிங்கிசெப் (எஸ்தோனியா), சென் கத்தயாமா (ஜப்பான்), மற்ற பலரையும் குறிப்பிடலாம். கம்யூனிஸ்டு அகிலத்தின் மாபெரும் நிறுவகரும் தலைவருமான லெனினது ஆணைகளிலிருந்து பிறழாமல் சர்வதேசக் கம்யூனிஸ்டு இயக்கம் அவற்றைத் தனது செயல்களுக்கான வழிகாட்டியாகப் பற்றியொழுகி வந்தது.

1923 இலையுதிர் காலத்தில் ஜெர்மனியிலும் பல்கேரியாவிலும் போலந்திலும் புரட்சி அலை மீண்டும் உயர்ந்தெழுந்தது. இந்நாடுகளின் தொழிலாளி வர்க்கத்துக்குக் கம்யூனிஸ்டு அகிலம் இயன்ற முழு அளவுக்கும் ஆதரவளித்தது, சர்வதேச அளவில் பாட்டாளி வர்க்கத்தின் கூட்டுச் செயலுக்கு ஏற்பாடு செய்யவும் பாடுபட்டது. ஆயினும் இந்நாடுகளில் புரட்சிக்கரச் செயல்கள் தோற்கடிக்கப்பட்டன. வலதுசாரி சமூக-ஜனநாயகவாதிகள் யுத்த பிற்கால ஆரம்ப ஆண்டுகளில் செய்தது போலவே இப்போதும் தொழிலாளி வர்க்கத்துக்கு எதிராகப் புரட்சி-எதிர்ப்பு சக்திகளை ஆதரிக்கும் வஞ்சகக் கொள்கையைப் பின்பற்றினர். இடதுசாரி சமூக - ஜனநாயகவாதிகள் உறுதியின்மையையும் ஊசலாட்டத்தையும் வெளிப்படுத்தினர், தீர்மானகரமான தருணத்தில் எதிர்ப்புரட்சி சக்திகளை எதிர்த்துப் போராட மறுத்தனர். கம்யூனிஸ்டுக் கட்சிகள் தொழிலாளி வர்க்கத்தினரிலும் ஏனைய உழைப்பாளி மக்களிலும் பெரும்பான்மையினரை இன்னும் தம் பக்கத்துக்கு ஈர்த்துக் கொள்வதில் வெற்றி பெறாத நிலையிலேதான் இருந்து வந்தன. இந்தத் தோல்விகளிலிருந்து கம்யூனிஸ்டு அகிலமும் கம்யூனிஸ்டுக் கட்சிகளும் படிப்பினைகள் பெற்றுக் கொண்டன; யாவற்றிலும் முக்கியமாய் மார்க்சிய - லெனினியத் தத்துவத்தை ஆக்க வழியில் கற்றுப் பாண்டித்தியம் பெறுவதும், சர்வதேசக் கம்யூனிஸ்டு இயக்கத்தின் ஆதாரநெறியையும் போர்த்தந்திரத்தையும் மேலும் செம்மை செய்து விளக்குவதும், கம்யூனிஸ்டுக் கட்சிகளை தொழிலாளி வர்க்கத்தினரின், ஏனைய எல்லா உழைப்பாளி மக்களின் மிகவும் விரிவான பகுதிகளுடன் நெருங்கிய

பிணைப்பு கொண்ட போர்க் குணம் வாய்ந்த வெகுஜனக் கட்சிகளாக வளர்த்திடுவதும் அவசியம் என்பதில் படிப்பினைகள் பெற்றுக் கொண்டன.

1. வி.அ. லெனின், கம்யூனிஸ்டு அகிலத்தின் மூன்றாவது மாநாட்டுக்கான போர்த்தந்திரம் பற்றிய ஆய்வுரை நகல் மீது குறிப்புகள்.
2. அதே நூல்
3. மூன்றாவது மாநாடு, ஆய்வுரைகளும் தீர்மானங்களும், மாஸ்கோ, 1921, பக்கம் 63.
4. வி.இ. லெனின், ருஷ்யாவின் கம்யூனிஸ்டு (போல்ஷிவிக்கு) கட்சியின் பதினோராவது மாநாடு, 1922, மார்ச்சு 27 முதல் ஏப்ரல் 2 வரை.
5. வி.இ. லெனின், 1922, நவம்பர் 5 முதல் டிசம்பர் 5 வரை நடந்த கம்யூனிஸ்டு அகிலத்தின் நான்காவது மாநாடு.

3. முதலாளித்துவம் பகுதியளவுக்கு நிலைபெற்ற காலத்திலும் சோவியத் யூனியனில் சோஷலிசக் கட்டுமானத்துக்கான லெனினியத் திட்டத்தை நிறைவேற்ற முழு முனைப்பான வேலைகள் நடைபெற்ற காலத்திலும் கம்யூனிஸ்டு அகிலம் (1924-1928)

முதலாளித்துவமானது பகுதியளவுக்கு நிலைபெற்ற ஆண்டுகளின் போது தொழிலாளி வர்க்கப் போராட்டத்துக்குப் புதிய சூழலும் புதிய நிலைமைகளும் எழுந்தன. முதலாளித்துவப் பொருளாதாரம் யுத்த பிற்காலத்திலான நெருக்கடியிலிருந்து வெளிவந்து, முன்னேற்ற திசையில் அடியெடுத்து வைத்தது. முதலாளித்துவ அரசாட்சிகள் உறுதி பெறலாயின. பொருளாதார முன்னேற்றமும், வேலையில்லாதோரின் எண்ணிக்கையில் ஏற்பட்ட குறைவும், தொழிலாளி வர்க்கத்தில் சில பிரிவினரின் வாழ்க்கைத் தரத்தில் உண்டான உயர்வும், முதலாளித் துவமானது நசிவுக் காலத்திலிருந்து வெளியேறிவிட்டதென்றும் கடும் முரண்பாடுகளை அகற்றிக் கொண்டுவிட்டதென்றும் "ஒழுங்கமைந்த முதலாளித்துவத்தின்" சகாப்தம் நெருங்கி வருகிறதென்றும் சாதித்த முதலாளித்துவ - சீர்திருத்தவாதக் கருத்தோட்டங்களும் தத்துவங்களும் பரவுவதற்கு வசதி செய்தன. வலதுசாரி சோஷலிஸ்டுத் தலைவர்கள் சீர்திருத்தவாதத் தொழிலாளர் வெகுஜன நிறுவனங்களை முதலாளித்துவ வர்க்கத்துடன் ஒத்துழைக்கும் பாதையில் இழுத்துச் செல்வதில் வெற்றி யடைந்தனர். இந்த ஆண்டுகளின் போது வேலைநிறுத்த இயக்கம் குறிப்பிடத்தக்க அளவுக்குத் தணிந்து சென்றது. ஐரோப்பியத் தொழி லாளி வர்க்க இயக்கத்தில் சமூக-ஜனநாயகக் கட்சிகளின் செல்வாக்கு அதிகரித்தது. சீர்திருத்தவாத சோஷலிஸ்டுத் தொழிலாளர் அகிலத்தைச் சேர்ந்த கட்சிகளின் உறுப்பினர் தொகை எழுபது லட்சத்தை எட்டியது.

முதலாளித்துவம் நிலைபெறும் நிகழ்ச்சியானது முதலாளித் துவத்தினது பொது நெருக்கடியின் பின்னணியில் நடந்தேறியதால் இது உறுதியானதாகவோ, அதிக காலத்துக்கு நீடிப்பதாகவோ இருக்க

முடியாதெனக் கம்யூனிஸ்டு அகிலம் திரும்பத் திரும்ப பறைசாற்றி வந்தது. சோவியத் நாடு இருந்து வருவதும் அதன் வளர்ந்து உயரும் வலிமையும் செல்வாக்கும் முதலாளித்துவத்தின் நிலைப்பாட்டுக்குக் குழிபறித்திடும் முக்கிய காரணக் கூறாகும் என்றது.

மாறிவிட்ட நிலைமையில் கம்யூனிஸ்டு அகிலமும் அதன் பிரிவுகளும் சர்வதேசத் தொழிலாளி வர்க்க, கம்யூனிஸ்டு இயக்கத்தின் உடனடிப் பணிகளையும், அதன் வளர்ச்சி வாய்ப்புகளையும் திருத்தி வரையறுக்க வேண்டியதாகியது.

கம்யூனிஸ்டு அகிலத்தின் ஐந்தாவது மாநாடு 1924 ஜூன் 17லிருந்து ஜூலை 8 வரை மாஸ்கோவில் கூடியது. 46 கம்யூனிஸ்டுக் கட்சி களையும் மூன்று தொழிலாளர் கட்சிகளையும் மக்கள் - புரட்சிக் கட்சி ஒன்றையும் பத்து சர்வதேச நிறுவனங்களையும் சேர்ந்த பிரதிநிதிகள் கலந்து கொண்டனர். கம்யூனிஸ்டுக் கட்சிகளைச் சித்தாந்த வழியிலும் நிறுவன வழியிலும் வலிமையுறச் செய்யும் பணிகளில் இந்த மாநாடு கவனம் குவியும்படிச் செய்தது. உலகின் கம்யூனிஸ்டுகள் முதல் முறையாக இப்போது லெனின் இல்லாமல் கூட வேண்டியிருந்தது. சர்வதேசக் கம்யூனிஸ்டு இயக்கத்தின் தலைவரும் கம்யூனிஸ்டு அகிலத்தின் நிறுவகரும் வழிகாட்டும் தாரகையுமான லெனினது மறைவு ஈடுகட்ட முடியாத பேரிழப்பாகியது.

கம்யூனிஸ்டு அகிலத்தின் பிரிவுகளாகிய கட்சிகள் போல்ஷிவிச மயமாக்கப்பட வேண்டுமென்ற முழக்கத்தை ஐந்தாவது மாநாடு முன்வைத்தது. சோதரக் கம்யூனிஸ்டுக் கட்சிகள் போல்ஷிவிசத்தின் அனுபவத்தைக் கற்றுப் பாண்டித்தியம் பெற வேண்டியது பற்றிய லெனினின் கருத்துகளை அடிப்படையாகக் கொண்ட முழக்கமாகும் இது. லெனினது ஆணைகளுக்கு ஏற்ப ஐந்தாவது மாநாடு, போல்ஷிவிச மயமாக்கப்பட வேண்டுமென்ற முழக்கம் எந்த நிலையிலும் ருஷ்யாவின் போல்ஷிவிக்குக் கட்சியின் அனுபவம் அனைத்தும் அப்படியே இயந்திர முறையில் ஏனைய எல்லாக் கட்சிகளுக்கும் மாற்றப்பட வேண்டும் என்பதைக் குறிப்பதாகக் கொள்ளலாகாது என்பதைத் தெளிவு படுத்தியது. "கம்யூனிஸ்டுக் கட்சிகள் போல்ஷிவி சமயமாவதானது, லெனினது ஆணைகளைப் பற்றுறுதியுடன் பின்பற்றி நடக்க வேண்டும், **அந்தந்த நாட்டின் ஸ்தூலமான நிலைமைகளைக் கணக்கிலெடுத்து நிறைவேற்ற வேண்டும்**"[1] என்று அது வலியுறுத்தியது. போல்ஷி விசத்தின் அனுபவத்தையும் அனைத்து சர்வதேச அனுபவத்தையும் கிரகித்துக் கொள்வதன் மூலம் கட்சிகள் விடாப்பிடியான வலுமிக்க போராட்டத்துக்குத் தம்மைச் தயார் செய்து கொண்டன; அவை தத்தமது நாட்டின் பிரத்தியேகப் பிரச்சினைகளுக்குத் தாமே தீர்வு

கண்டு கொள்ள வல்ல தேசிய அரசியல் சக்தியாவதற்கு இந்த அனுபவக் கிரகிப்பு உதவியது.

மெய்யான போல்ஷிவிக்குக் கட்சியானது, மாநாட்டின் வரையறுப்பு படி, மத்தியத்துவமடைந்த புரட்சிகர, மார்க்சிய, வெகுஜனக் கட்சியாகும். வலதுசாரி சந்தர்ப்பவாதத்தினிடம் இணக்கத்துக்கு இடமளிக்காத போக்கு கொண்டதாகும், வறட்டுச் சூத்திரவாதத்தி லிருந்தும் குறுங்குழு வாதத்திலிருந்தும் விடுபட்டதாகும், நெகிழ்வான போர்த் தந்திரத்தைக் கையாளும் திறனுடையதாகும்.

மார்க்சிய-லெனினியத் தத்துவம் திரித்துப் புரட்டப்படுவதை எதிர்த்துப் போராடுவது, கம்யூனிஸ்டு கட்சிகளைப் போல்ஷி விசமயமாக்குவதில் ஒரு பிரதான பணியாகுமென்று மாநாடு குறிப்பிட்டது; மார்க்சிய - லெனினியத்திடமிருந்து விலகும் வலதுசாரி, இடதுசாரி அரசியல் திரிபுகளும் பிறழ்வுகளும் பாட்டாளி வர்க்கச் சித்தாந்தத்தை விட்டு விலகும் பிறழ்வுகளுடன் இணைப்பு கொண்டவை என்பதை மாநாடு வலியுறுத்திக் குறிப்பிட்டது.

போல்ஷிவிசமயமாக்க வேண்டுமென்ற இந்த முழக்கம், ருஷ்யாவின் கம்யூனிஸ்டுக் கட்சியின் (போல்ஷிவிக்குகள்) அனுபவத்தை ஆக்க வழியில் பயன்படுத்திக் கொள்ளும் இந்தக் கொள்கை நெறி, கம்யூனிஸ்டுக் கட்சிகளை முறையாகவும் அயராதும் சித்தாந்த வழியிலும் நிறுவன வழியிலும் வலிமை பெறச் செய்தலும், வெகுஜனங்களுடன் அவற்றுக் குள்ள தொடர்புகளை விரிவாக்கிச் செல்லுதலும், தொழிலாளி வர்க்கத் துக்கும் அதன் கம்யூனிஸ்டு முன்னணிப் படைக்கும் தீர்மானகரமான வருங்காலப் போர்களுக்காகப் பயிற்சி அளிப்பதற்காக நடப்புக் கால கட்டத்தைப் பயன்படுத்திக் கொள்ளுதலும், மார்க்சிய - லெனினிய ஊழியர்களைக் கவனமாகத் தேர்வு செய்து பயிற்சியும் போதமும் அளித்தலும் என்பதான இந்தக் கொள்கை நெறி, முதலாளித்துவம் பகுதியளவுக்கு நிலைபெற்ற காலகட்டத்தில் அரசியல் நிலைமையின் தேவைகளுக்கு முற்றும் உகந்ததாய் இருந்தது. இந்தக் கோஷத்தை அளித்ததானது, கம்யூனிஸ்டு அகிலத்தின் ஐந்தாவது மாநாடு ஆற்றிய மிகப் பெரிய சேவையாகும். சர்வதேசக் கம்யூனிஸ்டு இயக்கம் இந்த முழக்கத்தை ஆர்வத்துடன் ஆதரித்தது.

போல்ஷிவிசமயமாதல் நடைபெற்ற போது கட்சிகளின் கட்டமைப்பு மாற்றமடைந்தது. வலியுறுத்தலானது உற்பத்தி இடங் களில் அமைந்த கட்சி நிறுவனங்களின் வேலைகளுக்கு இடம்பெயர்ந்து சென்றது. நிறுவன வழியில் மட்டுமின்றி அரசியல் வழியிலும் இது முக்கியத்துவம் வாய்ந்ததாகியது, கூட்டுத் தலைமை உருவாகி உறுதி யடைந்தது.

கட்சியின் ஒற்றுமையை வலிமை பெறச் செய்தல், மார்க்சிய-லெனினியக் கட்சிகளது செயல்திறனை அதிகமாக்குவதற்கு இன்றியமையாததாக இருந்தது. ஐந்தாவது மாநாடு கூடுமுன், ருஷ்யாவின் கம்யூனிஸ்டுக் கட்சியிலும் (போல்ஷிவிக்குகள்) [ரு. க. க. (போ)], மற்றும் பல கம்யூனிஸ்டுக் கட்சிகளிலும் கட்சி ஒற்றுமைக் கோட்பாடானது தனிக் குழுக்களது மூர்க்கமான தாக்குதல்களுக்கு இலக்காகியிருந்தது. 1923ஆம் ஆண்டு இலையுதிர்காலத்தில் ரு. க. க. (போ) - வினுள் திரோத்ஸ்கி எதிர்த்தரப்பு நிறுவன வடிவம் பெற்றது; தனிக் குழுவாகச் செயல்படுவதற்கான சுதந்திரமும் கட்சி கடைப்பிடித்த கொள்கையை நடைமுறையில் நிராகரிப்பதற்கான சுதந்திரமும் வேண்டுமெனக் கோரி அது, கட்சி அணிகளை கட்சி உறுப்புகளுக்கு எதிராகச் செயல்பட வைக்கவும், கட்சியை லெனினியப் பாதையிலிருந்து திருப்பிவிடவும் முயற்சி செய்தது. ரு.க.க.(போ) மத்தியக் குழு கம்யூனிஸ்டு அகிலத்தின் ஐந்தாவது மாநாட்டிற்கு “சோவியத் கூட்டரசில் பொருளாதார நிலைமையும், ரு.க.க.(போ) வினுள் நடைபெறும் விவாதமும்” என்ற உரையினைச் சமர்ப்பித்தது. கம்யூனிஸ்டு அகிலத்தின் மாநாடு இந்த உரையைக் கேட்டபின், லெனினியத்துக்கு விரோதமான இந்த எதிர் தரப்பை எதிர்த்து ரு.க.க.(போ) மத்தியக் குழு நடத்திய போராட்டத்திற்கு ஒருமனதான ஆதரவளித்தது. திரோத்ஸ்கி எதிர்த்தரப்பின் வேலைத் திட்டத்தையும் செயல்களையும் “கட்சியின் ஒற்றுமைக்கும், ஆகவே சோவியத் கூட்டரசின் பாட்டாளி வர்க்கச் சர்வாதிகாரத்துக்கும் அபாயம் விளைவிப்பனவாய்”[1] கண்டனம் செய்து ரு.க.க.(போ.)வின் பதின்மூன்றாம் மாநாடும் நிறைவேற்றிய தீர்மானங்களை கம்யூனிஸ்டு அகில மாநாடு அங்கீகரித்தது.

கம்யூனிஸ்டு அகிலத்தின் ஐந்தாவது மாநாடு தொழிலாளர்களது கூட்டு முன்னணிப் போர்த்தந்திரம் எப்போதும் போல் பிழையற்றதாகுமென்றும் அவசியமானதென்றும் தனது தீர்மானங்களில் குறிப்பிட்டது. அதேபோது தொழிலாளர்களது கூட்டு முன்னணிக் கருத்தினை குறுகலாக்கிய சில போர்த்தந்திர முடிவுகளையும் இந்த மாநாடு ஏற்றுக்கொண்டது. கம்யூனிஸ்டு அகிலம் முன்பு வெளியிட்டிருந்த தொழிலாளர்கள், விவசாயிகளது அரசாங்கத்துக்கான கோஷம் இப்போது பாட்டாளி வர்க்கச் சர்வாதிகாரத்துக்கு முழுதொத்ததாக்கப்பட்டது. இதனால் இடைநிலைக் கட்ட முழக்கமாய் இதற்கு இருந்த மெய்யான அரசியல் உள்ளடக்கத்தை இது இழக்க நேர்ந்தது. மாநாட்டு தீர்மானங்களின் சில வரையறுப்புகளில் சமூக-ஜனநாயகமானது ஓரளவுக்கு பாசிஸத்துக்குச் சமனமாக்கப்பட்டுவிட்டது. இந்தத் தவறுகள் தொழிலாளர் கூட்டு முன்னணிக்காகக் கம்யூனிஸ்டுகள் வலுமிக்க போராட்டத்தை வளர்த்திட முடியாதபடி தடுத்தன.

மார்க்சிய - லெனினியத் தத்துவத்தைக் கற்றுப் பாண்டித்தியம் பெற்று, தத்துவம், நடைமுறை ஆகிய இருதுறைகளிலும் சந்தர்ப்ப வாதத் திரிபுகளை அறவே அகற்றிக் கொள்ளும்படி இந்த மாநாடு கம்யூனிஸ்டுக் கட்சிகளைப் பணித்தது. கிழக்குலகில், காலனி, அரைக்காலனி நாடுகளில் கம்யூனிஸ்டுக் கட்சிகளின் பணியில் அதிக கவனம் செலுத்துவது அவசியமென்று இம்மாநாடு சுட்டிக்காட்டியது.

முதலாளித்துவம் பகுதியளவுக்கு நிலைபெற்ற காலத்தில் புரட்சிகர சக்திகளை ஐக்கியப்படுத்தி உறுதி பெறச் செய்யும் நோக்கத்துடன் கம்யூனிஸ்டுக் கட்சிகள் மேற்கொண்ட செயல்கள், வலதுசாரி சமூக-ஜனநாயகம் எழுப்பிய மிகப் பெரிய முட்டுக்கட்டைகளையும் அதன் கடும் எதிர்ப்பையும் சமாளிக்க வேண்டியிருந்தது. “ஒழுங்கமைந்த முதலாளித்துவம்” என்பதான தத்துவத்தைப் பிரசாரம் செய்து, வலதுசாரி சமூக - ஜனநாயகம், நடைமுறையில் முதலாளித்துவத்துக்கு எதிரான போராட்டத்தை விட்டொழித்து முதலாளித்துவத்தைச் சீர்திருத்த முயன்றது, முதலாளித்துவ வர்க்கத்துடன் ஒத்துழைத்தது. இந்தக் கொள்கையால் தொழிலாளி வர்க்கத்தில் பிளவு மேலும் ஆழமாகிச் சென்றது. தொழிலாளி வர்க்க இயக்கத்தில் பிரதான அபாயமாய் எழுந்த சீர்திருத்தவாதம், கம்யூனிஸ்டுக் கட்சிகளில் வலதுசாரித் திரிபுகளை ஓங்கச் செய்தது. செக்கோஸ்லோவாக்கியாவிலும் (புப்னிக் குழு), பிரான்சிலும் (சுவரைன் குழு), பிற நாடுகளிலும் கம்யூனிஸ்டுக் கட்சிகளில் எழுந்த வலதுசாரிக் குழுக்களைக் கம்யூனிஸ்டு அகிலம் வன்மையாகக் கண்டனம் செய்தது.

சித்தாந்த வழியிலும் நிறுவன வழியிலும் கம்யூனிஸ்டுக் கட்சிகளை வலிமையுறச் செய்வதற்காகப் பாடுபட்ட கம்யூனிஸ்டு அகிலம் வலதுசாரி அபாயத்தை மட்டுமின்றி, “இடதுசாரித்” திரிபுகளையும் எதிர்த்துத் தாக்கியது. “இடதுசாரி” திரிபுகள் எதார்த்தத்தில் பகை சக்திகளது தாக்குதலுக்கே உதவி வந்தன. “இடதுசாரிகளும்” “அதீத இடதுசாரிகளும்” முதலாளித்துவம் நிலைபெற்றிருந்ததை மறுத்தன, புரட்சி இயக்கம் தணிந்துவிட்டதைப் பொருட்படுத்தாமலே ஆட்சியதிகாரத்துக்காக நேரடியாகப் போராட வேண்டுமென்று வற்புறுத்தின; வெகுஜனங்களிடையே செய்யப்பட வேண்டிய வேலைகளை வெறுத்து ஒதுக்கின; தொழிலாளி வர்க்கத்தின் சர்வதேச ஒற்றுமையை எதிர்த்தன. நடைமுறையில் இடதுசாரிகள் தொழிலாளர் கூட்டு முன்னணிக் கொள்கையைச் சீர்குலைத்தன. கம்யூனிஸ்டு அகிலச் செயற்குழுவின் (க.அ.செ.கு) உதவியுடன் பல கம்யூனிஸ்டுக் கட்சிகள் 1925லும் 1926லும் “அதீத இடதுசாரிகளைச்” சித்தாந்த வழியிலும் நிறுவன வழியிலும் தோற்கடித்தன. ஜெர்மன் கம்யூனிஸ்டுக் கட்சியின் தலைமையிலிருந்து

ஃபிஷர், மாஸ்லோவ் இவர்களது குழு அகற்றப்பட்டு, எர்னஸ்ட் தேல்மன் தலைமைப் பதவி ஏற்றார். இத்தாலியக் கம்யூனிஸ்டுக் கட்சி 1926 ஜனவரியில் அதன் மூன்றாவது மாநாட்டில் அ. போர்டிகாவின் "அதீத இடதுசாரித்" திரிபைக் கண்டித்து நிராகரித்து, அ. கிராம்ஷி, ப. தல்யாத்தி இவர்களது தலைமையில் இயங்கிய மார்க்சிய-லெனினிய மையக் கருவைச் சுற்றி ஒன்று திரண்டது. இந்தக் காலகட்டத்தில் மற்றும் பல கம்யூனிஸ்டுக் கட்சிகளிலும் "அதீத இடதுசாரித்" திரிபுகள் தோற்கடிக்கப்பட்டன.

தொழிலாளர் கூட்டு முன்னணிக் கொள்கையைச் செயல்படுத்துவதில் கம்யூனிஸ்டுக் கட்சிகள் ஓரளவு வெற்றி பெற்றதற்குப் பல சான்றுகளைக் குறிப்பிடலாம் - ஜெர்மனியில் மன்னர்களது சொத்துகளைப் பறிமுதல் செய்வதற்காக 1925-26ல் கம்யூனிஸ்டுகளின் முன் முயற்சியுடன் நடத்தப்பட்ட விரிவான இயக்கம், மொரோக்கோவிலும் சிரியாவிலும் நடைபெற்ற காலனியாதிக்க யுத்தத்தை எதிர்த்து 1925 பிரெஞ்சுத் தொழிலாளர்களது சக்தி வாய்ந்த வேலைநிறுத்தம், ஆங்கிலோ-ருஷ்யத் தொழிற்சங்க ஒற்றுமைக் கமிட்டி நிறுவப்பட்டது, இப்படி பலவற்றைக் குறிப்பிடலாம். பிரிட்டனில் பொது வேலைநிறுத்தத்தையும் (1926 மே), ஆஸ்திரியாவில் போலீசுடன் மூண்ட கடும் மோதல்களையும் (1927) போன்ற முக்கியமான வர்க்கப் போர்கள் முன்னேறிய தொழிலாளர்களது போர்க் குணம் கொண்ட புரட்சி மனப்பாங்கு தளராது நிலைக்க உதவின.

இதற்குள், முதலாளித்துவ நாடுகளின் தொழிலாளி வர்க்கத்தினர், காலனி, அரைக்காலனிகளின் ஒடுக்கப்பட்ட மக்கள் ஆகியோரது போராட்டத்தின் உடனடிப் பணிகள் குறித்தும், வருங்கால வளர்ச்சி வாய்ப்புகள் குறித்தும் கொள்கையினை ஸ்தூல வடிவமுடையதாக்கிக் கொள்ள வேண்டிய தேவை கம்யூனிஸ்டு அகிலத்தின் முன்னாலும் கம்யூனிஸ்டு அகிலப் பிரிவுகளின் முன்னாலும் எழுந்தது. 1926ஆம் ஆண்டு கோடையிலும் இலையுதிர் காலத்திலும் திரோத்ஸ்கி-ஸினோவியேவ் எதிர்தரப்பு கம்யூனிஸ்டு அகிலத்தின் பொதுக் கொள்கை வழியின் மீது தாக்குதல் தொடுத்து, இக்கொள்கை வழி திருத்தப்பட வேண்டுமெனக் கோரியதால், இந்தத் தேவை மிகவும் முக்கியமானதும் அவசரமானதும் ஆகியது.

தனியொரு நாட்டில் சோஷலிசக் கட்டுமானம் சாத்தியமா என்பதுதான் எதிர்த்தரப்புக்கு எதிரான போராட்டத்தின் மையப் பிரச்சினை. சோவியத் யூனியன் கம்யூனிஸ்டுக் கட்சியின் (போல்ஷிவிக்குகள்) - சோ.யூ.க.க. (போ) - கொள்கைக்கு மட்டுமின்றி கம்யூனிஸ்டு அகிலம் அனைத்துக்குமே இப்பிரச்சினை தலையாய முக்கியத்துவம்

வாய்ந்தது. தனியொரு நாட்டில் சோஷலிசத்தின் வெற்றி சாத்தியமே என்ற லெனினிய ஆய்வுரையைத் திரோத்ஸ்கி-ஸினோவியேவ் எதிர்த் தரப்பு பகிரங்கமாகவே எதிர்க்க முற்பட்டது. கம்யூனிஸ்டு அகிலச் செயற் குழுவின் விரிவாக்கப்பட்ட பிளீனம் கூட்டத்தில் (1926 நவம்பர்-டிசம்பர்) திரோத்ஸ்கி, ஸினோவியேவ், காமினெவ் ஆகிய எதிர்த் தரப்புத் தலைவர்கள் "நிரந்தரப் புரட்சி" என்பதான தமது கருத்தைத் திணிக்க முயன்றனர்; மேலைய நாடுகளில் புரட்சி நடைபெற்றால்தான் சோவியத் கூட்டரசில் சோஷலிசத்தைக் கட்டியமைக்க முடியுமென்றும், யுத்தத்தைக் கட்டவிழ்த்து விடுவதும் உட்பட எந்த வழியிலேனும் இம்மாதிரியான புரட்சியை "உந்திவிட்டாக" வேண்டுமென்றும் வாதாடினார். எதிர்த்தரப்பினர் சோ.யூ.க.க.(போ.)-வை அவதூறு செய்தனர், அது "உலகப் புரட்சியை உதாசீனம் செய்கிறது" என்றும், "குறுகிய தேசிய மனப்பான்மை" கொண்டிருப்பதாகவும் "சீரழிந்து வருவதாகவும் குற்றம் சாட்டினர். சர்வதேசக் கம்யூனிஸ்டு இயக்கத்தைத் திரோத்ஸ்கி-ஸினோவியேவ் எதிர்த்தரப்பு சாகசவாதப் பாதையில் இழுத்துவிட முயன்றது.

திரோத்ஸ்கியத்தை எதிர்த்துப் போராடி மார்க்சிய-லெனினியக் கொள்கை வழியை நிலைநாட்டுவதில் கம்யூனிஸ்டு அகிலச் செயற் குழுவில் சோ.யூ.க.க.(போ) வின் பிரதிநிதிக் குழு- இ. ஸ்டாலின், டி.மனுரயீல்ஸ்கி, வி. கினோரின், எஸ்.கூசெவ், இ. பியாத்னித்ஸ்கி முதலானோரைக் கொண்டது - முக்கிய பங்காற்றியது. திரோத்ஸ்கியத்துக்கு எதிராய் நடைபெற்ற இந்தப் போராட்டத்தில், ப.தல்யாத்தி (இத்தாலி), பி.ஸ்மெரால் (செக்கோஸ்லோவாக்கியா), எ. தேல்மன், கி,ஸெத்கின் (ஜெர்மனி), கி. திமித்ரோவ், வி.கொலாரவ் (பல்கேரியா), ஒ. கூஸினின், ஐ.சிரோலா (பின்லாந்து), செ. கத்தயாமா (ஜப்பான்)போன்ற சர்வதேசக் கம்யூனிஸ்டு இயக்கத்தின் உன்னதத் தலைவர்கள் மிகப் பலரும் சோவியத் பிரதிநிதிக் குழுவினருக்கு வலுமிக்க ஆதரவளித்துப் போராடினர்.

சோ.யூ.க.க (போ.)-வின் கொள்கை குறித்து அவநம்பிக்கையை உண்டாக்குவதற்கும், கம்யூனிஸ்டு அகிலத்தின் சித்தாந்த, நிறுவன ஒற்றுமையைச் சீர்குலைப்பதற்கும் எதிர்த்தரப்பு மேற்கொண்ட முயற்சியை க.அ.செ.கு.-வின் ஏழாவது பிளீனம் கூட்டம் ஒருமனதாக எதிர்த்தடித்தது, இந்த முயற்சி அறவே தோல்வியுற்றது. தனியொரு நாட்டில் சோஷலிசம் வெற்றி பெறுவது சாத்தியமல்ல என்பதான திரோத்ஸ்கி கூற்றைப் பிளீனம் கூட்டமும் அடியோடு நிராகரித்தது. "முழுநிறை சோஷலிச சமுதாயத்தைக் கட்டியமைப்பதற்கு அவசிய மானவையும் தேவையானவையும் ஆகியவை அனைத்தையும் சோவியத்

யூனியன் தன்னிடத்தே பெற்றிருக்கிறது என்ற திடமான முழு நம்பிக் கையுடன் சோவியத் யூனியன் கம்யூனிஸ்டுக் கட்சி (போல்ஷிவிக்குகள்) சோஷலிசத்தைக் கட்டியமைப்பதென்ற முற்றிலும் சரியான கொள் கையைப் பின்பற்றுகிற"[3] தென்று பிளீனம் கூட்டம் எடுத்துரைத்தது. சோவியத் யூனியனில் சோஷலிச சமுதாயம் கட்டியமைக்கப்படுவதற்கு வழிகாட்டுவதன் மூலம் சோ.யூ.க.க. (போ.), புரட்சிகர சர்வதேசத் தொழிலாளி வர்க்க இயக்கத்துக்கும் தேசவிடுதலைக்காக தேசங்கள் நடத்தும் போராட்டத்துக்கும் பிரம்மாண்ட ஆதரவு அளிக்கிறது, தனது மெய்யான சர்வதேசியத்தைச் செயலில் வெளிப்படுத்துகிறது என்பதே ஏழாவது பிளீனம் கூட்டத்தின் தீர்மானங்களுக்கு அடிநிலைக் கருத்தாக அமைந்தது.

ஸினோவியேவின் சந்தர்ப்பவாதத் தவறுகளைக் கருதி பிளீனம் கூட்டம், அவரைக் கம்யூனிஸ்டு அகிலச் செயற்குழுத் தலைவர் பதவியிலிருந்து நீக்கியது. தலைவர் பதவியே அகற்றப்பட்டு, செயற் குழுவுக்குக் கூட்டுத் தலைமை உறுப்பாக க.அ.செ.கு.-வின் அரசியல் செயலகம் நிறுவப்பட்டது.

திரோத்ஸ்கிய-ஸினோவியேவ் எதிர்த்தரப்பின் இந்தத் தோல்வி, அதற்குப் பிற்பாடான கம்யூனிஸ்டு இயக்க வரலாறு அனைத்துக்கும் அளவு கடந்த முக்கியத்துவம் வாய்ந்ததாய் விளங்கியது. கம்யூனிஸ்டு அகிலத்தின் பொதுக்கொள்கை நெறி செயல்படுத்தப்படுவதற்குப் பெரிய இடையூறாக இருந்த முட்டுக்கட்டை இப்போது அகற்றப் பட்டது. உலகப் புரட்சியின் வளர்ச்சி வாய்ப்புகள் குறித்தும், கம்யூனிஸ்டு இயக்கத்தின் ஆதாரநெறி குறித்தும், போர்த்தந்திரம் குறித்தும் மார்க்சிய - லெனினியத்தின் அடிப்படையில் கம்யூனிஸ்டு இயக்க அணிகளின் ஒருங்கிணைவு குறித்தும் கம்யூனிஸ்டு அகிலம் திட்டவட்டமான, துல்லியமான நிர்ணயிப்புகளை வரையறுத்து அளித்தது.

காலனிகளிலும் அரைக்காலனிகளிலும் தேசவிடுதலை இயக்கத்தைப் பற்றிய பிரச்சினைகள் 1920ஆம் ஆண்டுகளில் கம்யூனிஸ்டு அகிலத்தின் செயற்பாட்டில் முக்கிய இடம் பெறலாயின. முதலாளித்துவத்தின் பகுதியளவு நிலைப்பாட்டுக்குரிய இந்த ஆண்டுகளில் உலகின் இப்பகுதியில் ஏகாதிபத்திய-எதிர்ப்புப் போராட்டத்தின் தீ மேலும் மேலும் கொழுந்து விட்டு எரியலாயிற்று. 1925-27ல் சீனாவில் தேசியப் புரட்சி மூண்டெழுந்தது. சிரியாவிலும், மொரோக்கொவிலும், இந்தியாவிலும், இந்தோனேஷியாவிலும், லத்தீன் - அமெரிக்க நாடுகள் பலவற்றிலும் ஏகாதிபத்திய - எதிர்ப்புப் போராட்டங்கள் அலைமோதின.

ஒடுக்கப்பட்ட நாடுகளில் தேசவிடுதலை இயக்கத்தில் செயல் வன்மையுடன் பங்காற்றுவதன் மூலம் இந்நாடுகளது கம்யூனிஸ்டுக் கட்சிகள் முன்னால் எழக்கூடிய மகத்தான சாத்தியக்கூறுகளைக் கம்யூனிஸ்டு அகிலம் சுட்டிக்காட்டியது. அதேபோது வெகுஜன ஆதரவின்றி அவசரச் செயல்களில் இறங்குவதன் அபாயம் குறித்தும் கம்யூனிஸ்டு அகிலம் இந்நாடுகளின் கம்யூனிஸ்டுகளை எச்சரித்தது.

காலனிகளிலும் அரைக்காலனிகளிலும் 1920ஆம் ஆண்டுகளின் முதற் பாதியில் தொழிலாளி வர்க்கம் தெள்ளிய உருபெற்று வந்ததாலும், கம்யூனிஸ்டுக் கட்சிகள் இன்னமும் அவற்றின் செயலின் ஆரம்பப் படிகளிலேயே இருந்து வந்ததாலும், பாட்டாளி வர்க்கம் மேலாதிக்கம் வென்று கொள்வதையும் கம்யூனிஸ்டுகள் தேசவிடுதலை இயக்கத்தின் தலைமைப் பதவிக்கு வருவதையும் நேரடிப் பணியாக முன்வைப்பது காலத்துக்கு முற்பட்டதான செயலாகிவிடுமெனக் கம்யூனிஸ்டு அகிலம் கருதியது.

1925-27ஆம் ஆண்டுகளில் நடைபெற்ற சீனாவின் தேசவிடுதலைப் புரட்சியில் கம்யூனிஸ்டு அகிலம் குறிப்பிடத் தக்க கவனம் செலுத்தியது. தேசியக் கட்சியான கோமின்டாங் குறித்துப் பிழையற்ற கொள்கையை வகுத்துக் கொள்வதற்கு, இந்தப் புரட்சிக்கு முன்னதாகவே சீனக் கம்யூனிஸ்டுக் கட்சிக்கு க.அ.செ.கு. உதவியிருந்தது. சீனக் கம்யூனிஸ்டுக் கட்சி தனது சித்தாந்த, நிறுவன சுயேச்சை நிலையைப் பழுதின்றி பாதுகாத்துக் கொண்டு, கோமின்டாங்கில் சேர்ந்து, தேசியப் புரட்சி சக்திகள் யாவற்றையும் தன்னுள் கொண்ட கூட்டணியாகக் கோமின்டாங்கை மாற்றுவதற்காகப் பாடுபட முற்பட்டிருந்தது.

சீனாவில் புரட்சி ஆரம்பமான தருணம் முதற்கொண்டு க.அ.செ.கு. இந்தப் புரட்சியின் தன்மையும் இதன் வளர்ச்சிக் கட்டங்களையும் இடையறாது பகுத்தாய்ந்து வந்தது, சீனக் கம்யூனிஸ்டுக் கட்சி தனது பணிகளை வரையறுத்துக் கொள்வதற்கு உதவி புரிந்தது.

க.அ.செ.கு. - வின் விரிவாக்கப்பட்ட ஏழாவது பிளீனம் கூட்டம், சீனாவில் நடைபெற்ற புரட்சியானது ஏகாதிபத்திய - எதிர்ப்பு, முதலாளித்துவ - ஜனநாயகப் புரட்சியாகுமெனக் கூறியது, நாடு தழுவிய அளவில் இப்புரட்சி நடைபெறுவதை எடுத்துரைத்தது. திரோத்ஸ்கி எதிர்த்தரப்பின் இடதுசாரி - சாகவாதச் செயல்நெறியினை க.அ.செ.கு. நிராகரித்துவிட்டு, ஏகாதிபத்திய - எதிர்ப்பு, நிலப்பிரபுத்துவ - எதிர்ப்புப் புரட்சியில் பங்கு கொள்ளுமாறு வெகு ஜனங்களைச் சீனக் கம்யூனிஸ்டுக் கட்சி தட்டியெழுப்புவது அவசியமாகுமென்று வலியுறுத்தியது.

கோமின்டாங்கை முதலாளித்துவ - நிலப்பிரபுத்துவக் கட்சியாக மாற்ற முயன்ற வலதுசாரிக் கோமின்டாங் கட்சியினரை எதிர்த்தும் கம்யூனிஸ்டுகள் முறையாகவும் வைராக்கியத்துடனும் போராட்டம் நடத்துவது அவசியமென்று க.அ.செ.கு. குறிப்பிட்டது.

1927 ஏப்ரல் சியாங் கேய்-ஷேக் நடத்திய எதிர்ப்புரட்சி ஆட்சிக் கவிழ்ப்புக்கும், தேசிய முதலாளித்தவ வர்க்கத்தின் பிரதான பகுதி புரட்சியிலிருந்து விலகிக் கொண்டதற்கும் பிற்பாடு, புரட்சியின் புதிய கட்டத்திற்குரிய பணிகளை நிர்ணயம் செய்து கொள்ள சீனக் கம்யூனிஸ்டு களுக்கு க.அ.செ.கு. உதவி புரிந்தது. இந்தப் புதிய கட்டத்தில் நிலப் பிரச்சினைக்குத் தீர்வு காண்பதும் கோடானு கோடியான விவசாயி களைப் புரட்சி இயக்கத்தில் பங்கு கொள்ளும்படி ஈர்த்திடுவதும் மேலும் மேலும் முக்கியமான பணியாகி வந்தது. சீனப் புரட்சி பற்றிய கம்யூனிஸ்டு அகிலத் தீர்மானங்கள் சீனாவின் இளங் கம்யூனிஸ்டுக் கட்சிக்கு பெரிதும் உதவியாக இருந்தன. சீனக் கட்சியின் தலைமை செய்த பல வலதுசாரிச் சந்தர்ப்பவாதத் தவறுகளையும் பிற தவறு களையும் அகற்றுவதற்கு இவை சீனக் கட்சிக்குத் துணை புரிந்தன.

இந்தோனேஷியக் கம்யூனிஸ்டுக் கட்சி, நாட்டின் தேசியப் புரட்சி சக்திகள் யாவற்றையும் ஒன்றுதிரட்டித் தேசியக் கூட்டு முன்னணியைக் கட்டியமைப்பதற்காக மேற்கொண்ட முயற்சிகளுக்கு க.அ.செ.கு. உதவியது. இந்தோனேஷியக் கம்யூனிஸ்டுக் கட்சித் தலைமை விவசாயிகள் குறித்தும் குட்டிமுதலாளித்துவக் கட்சிகள், நிறுவனங்கள் குறித்தும் அனுசரித்த போக்கில் இருந்த குறுங்குழுவாதத் தவறுகளைக் க.அ.செ.கு. உறுதியான முறையில் விமர்சித்து, இந்தத் தவறுகளை அகற்றுவதற்கான வழியைச் சுட்டிக் காட்டியது.

“ஏகாதிபத்தியத்துக்கும் காலனி ஒடுக்குமுறைக்கும் எதிரான தேசசுதந்திரக் கழகம்” 1927 பிப்ரவரியில் பிரஸ்ஸல்ஸ் நகரில் நிறுவப் பட்டது. ஏகாதிபத்திய - எதிர்ப்பு சக்திகளது கூட்டு முன்னணியை அமைத்திட இது முக்கிய பங்காற்றியது. இந்தக் கழகம் (1927-35) சர்வதேசத் தொழிலாளி வர்க்கமும் ஆசிய, ஆப்பிரிக்க, லத்தீன் அமெரிக்கக் காலனி, அரைக்காலனி நாடுகளது மக்களும் அமைத்துக் கொண்ட விரிவான முதலாவது ஏகாதிபத்திய-எதிர்ப்புக் கூட்டு முன்னணி நிறுவனமாகும். முதலாளித்துவ நாடுகளின் முதன்மையான முற்போக்கு அறிவுத்துறையோர் இந்தக் கழகத்தின் செயல்களில் பங்கெடுத்துக் கொண்டார்கள்; எல்லாக் கண்டங்களையும் சேர்ந்த பல அரசியல், தொழிற்சங்க, கலாசார நிறுவனங்களும் ஏனைய வெகுஜன நிறுவனங்களும் இக்கழகத்துடன் நெருங்கிய பிணைப்பு கொண்டிருந்தன.

யுத்த அபாயத்தை எதிர்த்துக் கம்யூனிஸ்டு அகிலம் வலுமிக்க இயக்கம் நடத்தியது. பீக்கிங்கில் சோவியத் தூதரகத்தின் மீதும் ஷாங்காயில் சோவியத் கான்சலகத்தின் மீதும் நடத்தப்பட்ட ஆத்திர மூட்டும் தாக்குதல்களையும், லண்டனில் சோவியத் வாணிபப் பிரதி நிதியகத்தின் மீதான தாக்குதலையும், அதைத் தொடர்ந்து ஆங்கிலோ-சோவியத் அரசுறவுகள் முறிவுற்றதையும், மற்றும் பல ஏகாதி பத்திய ஆத்திரமூட்டல்களையும் தொடர்ந்து, 1927ல் யுத்த அபாயம் மூண்டெழுந்தது. இந்த நிலைமைகளில் க.அ.செ.கு. எல்லா நாடுகளின் கம்யூனிஸ்டுகளுக்கும் அழைப்பு விடுத்தது: தமது அணிகளை ஒன்று சேர்த்துக் கொள்ளும்படியும், ஏகாதிபத்தியவாதிகளது தாக்குதலி லிருந்து சோவியத் யூனியனைப் பாதுகாப்பதற்காக எல்லா சக்தி களையும் ஒன்றுதிரட்டும்படியும், சீனாவில் நடைபெற்ற ஏகாதிபத்திய யுத்தத்தின் கொள்ளைக்காரத் தன்மையை அம்பலம் செய்யும்படியும் அழைத்தது. சோவியத் யூனியனுக்கு எதிராய் முதலாளித்துவ அரசுகளது ஆக்கிரமிப்புக் கூட்டு ஒன்றை அமைப்பதற்காகச் செய்யப்பட்ட சூழ்ச்சிகளைக் கம்யூனிஸ்டு அகிலமும் அதன் பிரிவுகளும் அம்பலப் படுத்தின.

முதலாளித்துவத் தாக்குதலையும் யுத்த அபாயத்தையும் ஏகாதி பத்தியத்தின் கொள்ளைக்காரக் காலனியாதிக்கக் கொள்கையையும் எதிர்த்து இயக்கம் நடத்திய கம்யூனிஸ்டு அகிலமும் கம்யூனிஸ்டுக் கட்சிகளும் தொழிலாளி வர்க்கத்தையும் உழைப்பாளி மக்களின் ஏனைய பகுதிகளையும் ஒன்றுபடச் செய்யப் பாடுபட்டன. ஆனால் முதலாளித்துவ வர்க்கத்துடன் வர்க்க ஒத்துழைப்புக்கான கொள் கையைக் கடைப்பிடித்த சமூக-ஜனநாயக் கட்சிகளும் அவற்றின் வலதுசாரித் தலைவர்களும், தொழிற்சங்க ஆம்ஸ்டர்டாம் சர்வதேச சம்மேளனத்தின் தலைவர்களும் மேலும் மேலும் தமது கொள்கையை முதலாளித்துவத்தின் நலன்களுக்குத் தகவமைத்துக் கொண்டு, கம்யூனிஸ்டுக் கட்சிகளையும் புரட்சிகரத் தொழிலாளர்களையும் எதிர்த்துத் தமது போராட்டத்தை மும்முரமாக்கிச் சென்றனர். கம்யூனிஸ்டு அகிலத்தையும் சோ.யூ.க.க. (போ)-வையும் சோவியத் யூனியனையும் எதிர்த்து வலதுசாரி சமூக - ஜனநாயகத் தலைவர்கள் அவதூறுப் பிரசாரம் நடத்தினர்.

பிரிட்டிஷ், பிரெஞ்சுப் பிரச்சினைகளைப் பற்றிய க.அ.செ.க.-வின் ஒன்பதாவது பிளீனம் கூட்டத் தீர்மானங்களில் புதிய போர்த்தந்திரக் கோட்பாடுகள் அடங்கியிருந்தன, பிற்பாடு இக்கோட்பாடுகள் "வர்க்கத்துக்கு எதிராய் வர்க்கம்" என்னும் போர்த்தந்திரமாக அழைக்கப் படலாயின.

முதலாளித்துவ வர்க்கத்துடன் வர்க்க ஒத்துழைப்புக்கான சமூக-ஜனநாயகக் கொள்கைக்கு மாற்றாக வகுத்து விவரிக்கப்பட்ட இந்தப் போர்த் தந்திரம், பாட்டாளி வர்க்கத்தின் வர்க்க உணர்வை திண்மையுறச் செய்வதையும், பாட்டாளி வர்க்கத்தை மேலும் அதிக அளவுக்கு முதலாளித்துவ வர்க்கத்திடமிருந்து சுயேச்சையானதாக்கு வதையும், அதன் போர்க்குணத்தை உயர்த்துவதையும். முதலாளித்துவ வர்க்கத்துக்கு எதிராய்த் தொழிலாளி வர்க்கத்தின் கூட்டு முன்னணி அமைக்கப்படுவதை ஊக்குவிப்பதையும் நோக்கமாகக் கொண்ட தாகும். இந்தப் போர்த்தந்திரம் முன்னேறிய தொழிலாளர்களிடையே வர்க்க உணர்வு உயர்வுநிலைக்கு வளர்வதற்குத் தூண்டுதல் அளித்தது, சமரசவாதிகளிடமிருந்து முறித்துக் கொள்ளும்படி ஊக்குவித்தது. இதுவே புதிய போர்த்தந்திரத்தில் அமைந்திருந்த பழுதில்லாத உட்கரு. ஆனால் இந்தப் போர்த்தந்திரத்தின் குறுங்குழுவாதப் புரட்டல்கள், ஏகாதிபத்தியப் பிற்போக்குக்கு எதிராய்க் கம்யூனிஸ்டுகள், சோஷலிஸ்டு களின் கூட்டுச் செயற்பாட்டுக்கு இடையூறு புரிந்தன; வலதுசாரி சமூக-ஜனநாயகத் தலைவர்கள் அம்பலமாவதற்கு தடங்கலாய் அமைந்தன. பல கம்யூனிஸ்டுக் கட்சிகளில் குறுங்குழுவாதப் போக்குகள் பலம் பெறலாயின. நடைமுறைச் செயற்பாட்டில் புதிய போர்த்தந்திரம் கம்யூனிஸ்டு அகிலத்தின் முந்திய கொள்கைக்கு எதிர்வழியில் சென்றது.

கம்யூனிஸ்டு அகிலத்தின் ஆறாவது மாநாடு 1928 ஜூலை-செப்டம்பரில் மாஸ்கோவில் நடைபெற்றது. 57 கட்சிகளையும் 9 சர்வதேச நிறுவனங்களையும் சேர்ந்த 532 பிரதிநிதிகள் இந்த மாநாட்டில் கலந்து கொண்டனர். சோ.யூ.க.க. (போ) - வைச் சேர்க்காமல் ஏனைய கம்யூனிஸ்டுக் கட்சிகளில் அன்று 4,45,000 உறுப்பினர்கள் இருந்தனர்.

முதலாளித்துவ நிலைப்பாட்டின் முரண்பாடுகள் தவிர்க்க முடியாதபடி முதலாளித்துவத்துக்கு மேலும் குழிபறித்து. அதன் பொது நெருக்கடியை கடுமையாகத் தீவிரமடையச் செய்து வந்ததை ஆறாவது மாநாடு எடுத்துரைத்தது. சோவியத் - எதிர்ப்பு யுத்தத்துக்குத் தயார் செய்வதே உலக முதலாளித்துவ வர்க்கத்தின் கொள்கையினது பிரதான போக்காயிருந்ததை மாநாடு குறிப்பிட்டது. இந்தச் சந்தர்ப்பத்தில் கம்யூனிஸ்டு இயக்கத்தின் பிரதான சர்வதேசப் பணிகளை இம்மாநாடு பின்வருமாறு வரையறை செய்தது: ஏகாதிபத்திய யுத்த அபாயத்தை எதிர்த்துப் போராடுதல்; சோவியத் யூனியனைப் பாதுகாத்தல்; சீனப் புரட்சியைப் பாதுகாத்தல்; காலனி, அரைக்காலனி நாடுகளின் தேச விடுதலை இயக்கத்தை ஆதரித்தல். ஏகாதிபத்திய யுத்தம் மூண்டு விடுமாயின், முதலாவது ஏகாதிபத்திய உலக யுத்தத்தின்போது

போல்ஷிவிக்குகள் கடைப்பிடித்த வேலைத்திட்டத்தைக் கம்யூனிஸ்டுகள் தமக்கு வழிகாட்டியாகக் கொள்ள வேண்டுமென்று இது வலியுறுத்தியது. ஏகாதிபத்திய யுத்தத்தை முதலாளித்துவ வர்க்கத்துக்கு எதிரான பாட்டாளி வர்க்கத்தின் உள்நாட்டு போராக மாற்றிடுவதே போல்ஷி விக்குகள் கடைப்பிடித்த வேலைத்திட்டத்தின் பிரதான திசைவழி.

போர்த்தந்திரப் பிரச்சினைகளை இம்மாநாடு பரிசீலித்தது. கம்யூனிஸ்டுக் கட்சிகள் தமது வேலைகளில் தலைமை முக்கியத்துவம் அடியிலிருந்தான கூட்டு முன்னணிக்கு மாறும்படிச் செய்து கொள்ள வேண்டுமெனக் கோரியது. சமூக-ஜனநாயகத் தொழிலாளர்களை சமூக-ஜனநாயகத் தலைமையிடமிருந்து கம்யூனிஸ்டுகள் வேறுபடுத்திப் பார்க்க வேண்டுமென்று வலியுறுத்தியது. சமூக-ஜனநாயகக் கட்சி களையும் முதலாளித்துவக் கட்சிகளையும் இன்னமும் பின் தொடரு வோரும் அடங்கலாய், வெகுஜனங்களை ஈர்த்துக் கொள்ளப் போராட வேண்டுமென்ற கோஷம் முழு அளவுக்குச் செயலிலுள்ள கோஷமே என்று மாநாடு வலியுறுத்திக் கூறியது. ஆனால் சமூக-ஜனநாயகத்துக்கு எதிரான போராட்டத்தைக் கடுமையாக்க வேண்டுமென்ற செயல்நெறி-இம்மாநாட்டால் மீண்டும் உறுதி செய்யப்பட்ட இந்தச் செயல்நெறி-வெகுஜனங்களை ஈர்த்துக் கொள்வதற்கான போராட்டத்துக்கு உதவியாக இருக்கவில்லை.

கம்யூனிஸ்டு அகிலத்தின் வேலைத்திட்டம் விவாதித்து ஏற்கப் பட்டதுதான் ஆறாவது மாநாட்டின் நிகழ்ச்சி நிரலில் நடுநாயக நிகழ்ச்சியாய் அமைந்தது. சோ.யூ.க.க. (போ) மத்தியக் குழுவின் நேரடிப் பங்குடன் வகுக்கப்பட்ட இந்த வேலைத்திட்டம், கம்யூனிஸ்டு அகிலமானது "எந்த நிபந்தனையுமின்றி முழு அளவுக்குப் புரட்சிகர மார்க்சியத்தையும் அதை மேலும் வளர்த்துச் செல்லும் லெனினியத் தையும் தனக்கு அடிப்படையாகக் கொள்கிறது"[4] என்று கூறியது. அக்டோபர் புரட்சிக்குப் பிற்பாடு கழிந்த காலத்தில் பெறப்பட்ட புரட்சிகர அனுபவத்தை ஆழ்ந்த விஞ்ஞான முறையிலான மார்க்சிய-லெனினிய வழியில் இந்த வேலைத்திட்டம் தொகுத்துரைத்தது. ஏகாதிபத்திய அமைப்பின் ஏற்பட்டு வந்த நிகழ்ச்சிப் போக்குகளை அது ஆராய்ந்தது. முதலாளித்துவத்தின் பொது நெருக்கடி குறித்து தீர்க்க மாகப் பகுத்தாய்ந்தது. முதலாளித்துவத்தின் வீழ்ச்சி தவிர்க்க வொண்ணாத தாகுமென்ற முடிவுக்கு வந்தது, உலக சோஷலிசப் புரட்சியின் வளர்ச்சிப் பாதைகள், வாய்ப்புகளின் தனி இயல்புகளை விரிவுபட சித்தரித்தது. முதலாளித்துவ நாடுகளில் சமூக - பொருளாதார வளர்ச்சியின் வெவ்வேறு நிலைகளும் இந்நாடுகளது பிரத்தியேக நிலைமைகளும் "பல்வேறுபட்ட வழிகளிலும் பல்வேறு வேகங்களிலும்

பாட்டாளி வர்க்கம் ஆட்சியதிகாரத்துக்கு வரும் என்பதையும், பாட்டாளி வர்க்கச் சர்வாதிகாரத்துக்கு இட்டுச் செல்லும் குறிப்பிட்ட சில இடைக் கட்டங்களைப் பல நாடுகளும் கடக்க வேண்டியிருக்கும். சோஷலிசக் கட்டுமானத்துக்குப் பல்வேறுபட்ட வடிவங்களைக் கையாள வேண்டியிருக்கும் என்பதையும் வரலாற்று வழியில் தவிர்க்க முடியாதவை"[5] ஆக்கின என்பதாய் இந்த வேலைத்திட்டத்தில் கூறப்படும் நிர்ணயிப்புகள் மிகுந்த முக்கியத்துவம் வாய்ந்தனவாய் அமைந்தன.

தேசிய இன, காலனிப் பிரச்சினை பற்றிய லெனின் கருத்துகளை இந்த வேலைத்திட்டம் வளர்த்திட்டது. பின்தங்கிய நாடுகள், ஏற்கெனவே பாட்டாளி வர்க்கச் சர்வாதிகாரத்தை நிறுவிக் கொண்டுவிட்ட நாடுகளும் சர்வதேசப் பாட்டாளி வர்க்க இயக்கமும் அவற்றுக்கு உதவியும் ஆதரவும் அளிக்கையில், பொதுவாக முதலாளித்துவக் கட்டத்துள் செல்லாமலே சோஷலிசத்துக்கு முன்னேற முடியும் என்று அது எடுத்துரைத்தது.

சர்வதேசக் கம்யூனிஸ்டு இயக்கத்தின் ஒற்றுமை உறுதியாக்கப் படுவதற்கும், சர்வதேச வர்க்கக் கட்டுப்பாட்டிற்கும் கம்யூனிஸ்டு அகிலத்தின் வேலைத்திட்டம் மிகுந்த முக்கியத்துவம் அளித்தது. "இந்த சர்வதேசக் கம்யூனிஸ்டுக் கட்டுப்பாடு, இயக்கத்தின் பகுதியளவிலான பிராந்திய நலன்கள் இயக்கத்தின் பொதுவான, நிலையான நலன் களுக்குக் கீழ்ப்படுத்தப்படுவதிலும், கம்யூனிஸ்டு அகிலத்தின் தலைமை அமைப்புகள் ஏற்கும் தீர்மானங்களை அகிலத்தின் உறுப்புக் கட்சிகள் யாவும் கண்டிப்பான முறையில் நிறைவேற்றுவதிலும் வெளிப்பட வேண்டும்."[6]

கம்யூனிஸ்டு அகிலத்தின் வேலைத்திட்டம் கம்யூனிஸ்டு இயக்கத்தின் அடிப்படை பணிகளை வரையறுத்து, அவற்றைச் செய்து முடிப் பதற்கான வழிமுறைகளை எடுத்துரைத்தது. ஆயினும், நியாயமில்லாத, வாழ்க்கையால் நிலைநாட்டப்படாத சில வரையறுப்புகளும் மதிப்பீடு களும் இந்த வேலைத்திட்டத்தில் இடம் பெற்றிருந்தன. வளர்ச்சி பெற்ற முதலாளித்துவ நாடுகளில் பாட்டாளி வர்க்க ஆட்சியதிகாரத்துக்கான போராட்டத்தின் இடைநிலை வடிவங்களது முக்கியத்துவத்தை அது குறைத்து மதிப்பிட்டது. வலதுசாரி சமூக - ஜனநாயகத் தலைவர்கள் மேலும் மேலும் முதலாளித்துவ வர்க்கத்துடன் ஒத்துழைத்து வந்ததால், இந்த வேலைத்திட்டம் சமூக - ஜனநாயகத்தை வன்மையாய்க் கண்டித்தது. இப்படிக் கண்டிக்கையில் அது சாராம்சத்தில் சமூக - ஜனநாயகத் தையும் பாசிஸத்தையும் வேறுபடுத்தவில்லை. கம்யூனிஸ்டுகளுடன் இணக்கத்துக்கு வர வேண்டுமென முன்மொழிந்த பலரும் சமூக - ஜனநாயகத்தின் இடதுசாரி அணிகளில் இருந்தார்கள், அப்படியும்

சமூக-ஜனநாயகத்தின் இடதுசாரி "சமூக-ஜனநாயகக் கட்சிகளின் மிகவும் அபாயகரமான குழுவாக"[7] குணநிர்ணயம் செய்யப்பட்டது. இம்மாதிரியான முடிவுகள் கூட்டு முன்னணிப் போர்த்தந்திரம் நடைமுறையில் செயல்படுத்தப்படுவதற்கு இடையூறு புரிந்தன; கம்யூனிஸ்டு இயக்கத்தில் குறுங்குழுவாதக் கருத்தோட்டங்களை நிலைக்கச் செய்வதற்கே உதவியாக இருந்தன.

சோவியத் யூனியனில் சோஷலிசக் கட்டுமானத்திலும், பாட்டாளி வர்க்கச் சர்வாதிகாரம் வாகை சூடிய நாடு என்ற முறையில் சோவியத் யூனியன் எல்லா நாடுகளது புரட்சி இயக்கத்தின் வளர்ச்சிக்கு எவ்வளவு முக்கியமானது என்பதிலும் கம்யூனிஸ்டு அகில வேலைத்திட்டம் முக்கிய கவனம் செலுத்தியது. "சோவியத் யூனியனில் பாட்டாளி வர்க்கச் சர்வாதிகாரம் உள்நாட்டில் திண்மை பெற்று உறுதியடைந்திருக்கிறது, சோஷலிசக் கட்டுமானப் பணியில் வெற்றி கிட்டியிருக்கிறது, பாட்டாளி வர்க்கப் பெருந்திரளினரிடத்தும் காலனி நாடுகளின் ஒடுக்கப்பட்ட மக்களிடத்தும் சோவியத் யூனியனுக்குள்ள செல்வாக்கும் சீரும் சிறப்பும் ஓங்கியிருக்கின்றன, இவையாவும் சர்வதேச சோஷலிசப் புரட்சி தொடர்ந்து நடைபெறுவதையும் தீவிரமடைவதையும் விரிந்து செல்வதையும் குறிப்பனவாகும்"[8] என்று இந்த வேலைத்திட்டம் சுட்டிக் காட்டியது.

மொத்தத்தில், கம்யூனிஸ்டு அகிலத்தின் வேலைத்திட்டம் மிகுந்த வரலாற்று முக்கியத்துவம் வாய்ந்த ஆவணமாகவும், உலகக் கம்யூனிஸ்டு இயக்கத்தின் விஞ்ஞான வழிப்பட்ட, மார்க்சிய - லெனினியத்தை அடிப்படையாகக் கொண்ட வேலைத்திட்டமாகவும் திகழ்ந்தது. கம்யூனிஸ்டு அகிலத்துடன் இணைந்த கட்சிகளது ஆக்க வழிப்பட்ட கூட்டு முயற்சியின் படைப்பாகிய இந்த வேலைத்திட்டம் பாட்டாளி வர்க்கச் சர்வதேசியக் கோட்பாடுகளின் உருவாய் விளங்கியது.

வேலைத்திட்டத்துடன் கூட கம்யூனிஸ்டு அகிலத்தின் புதிய விதிகளையும் ஆறாவது மாநாடு அங்கீகரித்தது.

காலனி, அரைக்காலனி நாடுகளின் புரட்சி இயக்கம் ஆறாவது மாநாடு நிகழ்ச்சி நிரலில் முக்கிய இடம் வகித்தது.

ஏகாதிபத்தியமானது காலனிகளில் முற்போக்கான பணி புரிவதாகவும் காலனிகள் தொழில் வளர்ச்சி பெற்று சுயேச்சை அரசுகளாக மாறுவதற்கு உதவுவதாகவும் கூறிய சமூக-ஜனநாயகக் "காலனி நீக்கத்" தத்துவம் தவறானதென்பதையும் பிற்போக்குத் தன்மையதென்பதையும் ஆறாவது மாநாடு தெளிவுபடுத்தியது.

தேசவிடுதலை இயக்கத்தில் முதலாளித்துவ வர்க்கத்தின் பாத்திரம் முக்கியப் பிரச்சினையாக மாநாட்டின் விவாதங்களிலும் ஆய்வுரைகளிலும் இடம்பெற்றது. ஏகாதிபத்தியம் சம்பந்தமாக தேசிய முதலாளித்துவ வர்க்கம் பொதுவான ஒருமித்த நிலை ஏற்கவில்லை என்று மாநாடு ஆய்வுரைகள் குறிப்பிட்டன. தேசிய இயக்கத்துடன் இணைந்து நின்ற முதலாளித்துவ - தேசியச் சீர்திருத்தவாதத்தையும் (முதலாளித்துவ - ஜனநாயகப் போக்கு), நிலப்பிரபுத்துவ - ஏகாதிபத்திய முகாமையும் வேறுபடுத்தி வெவ்வேறாகக் கொள்ள வேண்டுமென்று ஆய்வுரைகள் கம்யூனிஸ்டுக் கட்சிகளுக்கு ஆலோசனை கூறின. அதே போது காலனி, அரைக்காலனி நாடுகளில் தேசிய முதலாளித்துவத்தின் பாத்திரத்தைப் பற்றிய பொது மதிப்பீடு குறுங்குழுவாதச் சாயல் கொண்டதாகவே இருந்தது. எடுத்துக்காட்டாய், "ஏகாதிபத்தியத்துக்கு எதிரான போராட்டத்தில் தேசிய முதலாளித்துவ வர்க்கம் ஒரு சக்தியெனக் கொள்ளும்படியான முக்கியத்துவம் வாய்ந்ததாக இருக்கவில்லை"[9] என்று இந்த மாநாடு முடிவு கட்டியது. "கம்யூனிஸ்டுக் கட்சிக்கும் தேசிய - சீர்திருத்தவாத எதிர்த்தரப்புக்கும் இடையே எவ்வித கூட்டும் நிறுவப்படுவதை"[10] நிராகரிக்குமாறு அது ஆலோசனை கூறியது.

சோவியத் யூனியனிலும் சோ.யூ.க.க. (போ) - விலும் நிலவிய நிலைமையினையும் ஆறாவது மாநாடு பரிசீலனை செய்தது. கம்யூனிஸ்டு அகிலத்தில் சோ.யூ.க.க. (போ) ஒரு பெரிய நாட்டில் சோஷலிசக் கட்டுமானத்துக்கு வழி காட்டும் ஒரேயொரு பிரிவாகும் என்பதாலும், சோவியத் யூனியனில் பாட்டாளி வர்க்கச் சர்வாதிகாரத்தின் அனுபவம் கம்யூனிஸ்டுக் கட்சிகளது அன்றாட வேலைக்கு மாபெரும் முக்கியத்துவம் வாய்ந்ததாகும் என்பதாலும் இந்தப் பிரச்சினை முக்கியமானதாக இருந்தது. சோவியத் யூனியனில் சோஷலிசக் கட்டுமானத்தில் பெறப்பட்ட மாபெரும் வெற்றிகளை மாநாடு எடுத்துரைத்தது. சோதரக் கட்சிகளது பிரதிநிதிக் குழுக்கள் சோவியத் யூனியனுடனும் சோ.யூ.க.க. (போ)-வுடனும் தமது ஆழ்ந்தமைந்த ஒருமைப்பாட்டைத் தெரிவித்தன, சோ.யூ.க.க. (போ)-வும் அதன் மத்தியக் கமிட்டியும் அனுசரித்த அரசியல் கொள்கை நெறியை முழுமையாக அங்கீகரித்தன. திரோத்ஸ்கி எதிர்த்தரப்பில் உறுப்பினராக இருப்பது அதன் கருத்துகளைப் பிரசாரம் செய்வதும் போல்ஷிவிக்குக் கட்சி உறுப்பினருக்கு ஒவ்வாததாகுமெனக் கூறிய சோ.யூ.க.க். (போ)-வின் பதினைந்தாவது மாநாடு தீர்மானத்தையும், க.அ.செ.கு.-வின் ஒன்பதாவது சிறப்புக் கூட்டத் தீர்மானத்தையும் இந்த மாநாடு உறுதி செய்தது, கட்சியில் மீண்டும் தாம் சேர்க்கப்பட வேண்டுமென்று கேட்டுத் திரோத்ஸ்கி சமர்ப்பித்திருந்த மனுவை நிராகரித்தது.

உலகெங்கும் கம்யூனிஸ்டு அகிலத்தின் செல்வாக்கு வளர்ந்து சென்றது, புதிய கம்யூனிஸ்டுக் கட்சிகளின் உதயத்திலும் புரட்சிகரத் தொழிலாளர்களது கட்சிகள் கம்யூனிஸ்டு அகிலத்தில் இணைந்து கொண்டதிலும் இது வெளியாகியது. ஆறாவது மாநாடு ஏழு கட்சிகளைக் கம்யூனிஸ்டு அகிலத்தில் சேர்த்துக் கொண்டது. இந்தக் காலத்தில் லத்தீன் அமெரிக்க நாடுகளில் கம்யூனிஸ்டுக் கட்சிகள் சித்தாந்த வழியிலும் அரசியல் வழியிலும் வளர்ந்து வலிமை பெற்றன. இந்நாடுகளது கம்யூனிஸ்டுக் கட்சிகளது மாநாடு ஒன்று 1929 ஜூனில் போனஸ்-அயர்ஸில் நடைபெற்றது. தொழிலாளி வர்க்கத்தின் கூட்டுச் செயல்களுக்கும், பாட்டாளி வர்க்கத்துக்கும் விவசாயிகளுக்கு மிடையே கூட்டணியை திண்மையுறச் செய்வதற்குமான முயற்சிகள் குறித்து இந்த மாநாடு பரிசீலித்தது. லத்தீன் அமெரிக்காவின் புரட்சிகள் நேரடியாகவே சோஷலிசத் தன்மை வாய்ந்தவை என்றும் ஆயுத மேந்திய எழுச்சிகளை எங்கும் ஆரம்பிப்பது அவசியம் என்றும் கூறிய முடிவுகளை வலுக்கட்டாயமாகத் திணிப்பதற்குத் திரோத்ஸ்கிய கூறுகள் செய்த முயற்சிகளை இம்மாநாடு நிராகரித்தது. லத்தீன் அமெரிக்க உழைப்பாளி மக்களது போராட்டத்தில் முதலாளித்துவ - ஜனநாயக, ஏகாதிபத்திய - எதிர்ப்புப் பணிகளுக்குள்ள முக்கியத் துவத்தை இது எடுத்துரைத்தது.

கம்யூனிஸ்டு அகிலத்தின் ஊழியர்களின் எண்ணிக்கையும் அகிலப் பிரிவுகளின் எண்ணிக்கையும் அதிகரித்துச் சென்றன; இந்த ஆண்டு களில் நடைபெற்ற வர்க்கப் போர்களிலும், கம்யூனிஸ்டுக் கட்சிகள் சித்தாந்த வழியிலும் அரசியல் வழியிலும் திண்மையடைவதற்கான போராட்டத்திலும், வலதுசாரி சந்தர்ப்பவாதத்துக்கும் திரோத்ஸ்கியத் துக்கும் எதிரான போராட்டத்திலும் இவர்கள் புடமிடப்பட்டு உறுதியடையலாயினர். 1920ஆம் ஆண்டுகளின் இறுதியிலும் 1930ஆம் ஆண்டுகளின் ஆரம்பத்திலும் பல கம்யூனிஸ்டுக் கட்சிகளது தலைமை உறுப்புகளில் வலுமிக்க மார்க்சிய-லெனினிய மையக்கரு உருவாகியது. மொ. தொரேஸ், எம். காஷேன், ஜெ. தூக்லோ (பிரான்சு), அ. கிராம்ஷி, ப. தல்யாத்தி (இத்தாலி), எ.தேல்மன், வி.பீக், வா.உல்பிரிஹ்ட் (ஜெர்மனி), கி. திமித்ரோவ், வி. கொலா ரவ் (பர்கேரியா). வி. ஃபாஸ்டர் (அமெரிக்க ஐக்கிய நாடு), கி. கோட்வால்டு, அ.ஸப்பத்தோத்ஸ்கி, யா. ஷ்வேர்மா (செக்கோஸ்லோவாக்கியா), வி.கலாஹர், ஹா.போலிட் (கிரேட் பிரிட்டன்), இ.கோப்லெனிக் (ஆஸ்திரியா), ஹொ. டீயாஸ், டொ. இபரூரி (ஸ்பெயின்), வி.கடோவிலியா, ஆர். கியோல்டி (அர்ஜண்டீனா), டிம்பக் (கானடா), ஹோச்சிமின் (இந்தோசீனா), எம். முஸ்ஸோ (இந்தோனேஷியா), யூ. லேன்ஸ்கி (போலந்து) போன்ற பல தலைவர் களைச் சுற்றி இந்த மையக்கரு அமையலாயிற்று. கம்யூனிஸ்டுக்

கட்சிகள் முதலாளித்துவத்துக்கு எதிரான போராட்டத்தில் மக்கள் பெருந்திரளினரை ஒன்றுதிரட்டுவதில் தமக்குள்ள ஆற்றலை உயர்த்திக் கொண்டன.

1. **கம்யூனிஸ்டு அகிலம், ஆவணங்கள்,** (ருஷ்யனில்), மாஸ்கோ, பக்கம் 396.
2. அதே நூல்
3. அதேநூல்
4. **கம்யூனிஸ்டு அகிலத்தின் வேலைத்திட்டம்,** லண்டன், 1929, பக்கம் IX.
5. அதே நூல், பக்கம் 39.
6. அதே நூல், பக்கம் 66.
7. அதே நூல் பக்கம் 12.
8. அதே நூல் பக்கம். 44.
9. **கம்யூனிஸ்டு அகிலத்தின் ஆறாவது உலக மாநாடு,** 1928, ஜூலை,-ஆகஸ்டு, வியன்னா, பக்கம் 1667.
10. அதே நூல், பக்கம் 1668.

4. உலகப் பொருளாதார நெருக்கடிக்கும் சோவியத் யூனியனில் சோஷலிசத்தின் அடித்தளத்தின் கட்டுமானத்துக்குமாகிய ஆண்டுகளின் போது கம்யூனிஸ்டு அகிலம்

முதலாளித்துவ உலகில் 1929ல் மிகவும் கடுமையான பொருளாதார நெருக்கடி ஆரம்பமாகி 1933-34 வரை நீடித்தது. முதலாளித்துவப் பொது நெருக்கடியைப் பின்னணியாகக் கொண்டு வெடித்தெழுந்த இந்த நெருக்கடி, முதலாளித்துவ சமுதாயத்தின் பொருளாதாரத்துக்கும் அரசியல் அடிநிலைகளுக்கும் சித்தாந்தத்துக்கும் இதன்முன் எக்காலத்திலும் கண்டிராத அளவுக்குப் பலத்த அடிகள் தந்தது. தொழில்துறை, விவசாயம், கடன் செலாவணிக்கும் நிதிக்குமான அமைப்பு, வாணிபம், சர்வதேசப் பொருளாதாரத் தொடர்புகள்-இப்படி முதலாளித்துவப் பொருளாதாரத்தின் எல்லாக் கூறுகளையும் இந்த நெருக்கடி பற்றிக் கொண்டுவிட்டது.

உலகப் பொருளாதார நெருக்கடி முதலாளித்துவ நாடுகளில் மக்கள் பெருந்திரளினரின் நிலைமையைப் படுமோசமாக்கிச் சென்றது. நெருக்கடியின் கடுமையால் உந்தப்பட்டு வர்க்கப் போராட்டம் உக்கிரமடைந்து, வேலை நிறுத்தங்களும் வேலையில்லாதோரின் ஆர்ப்பாட்டங்களும் வெகுவாய் அதிகரித்தன. பல நாடுகளில்- அமெரிக்க ஐக்கிய நாட்டிலும் ஜெர்மனியிலும் போலந்திலும் பிரான்சிலும் ருமேனியாவிலும் செக்கோஸ்லோவாக்கியாவிலும் மற்றும் பலவற்றிலும் - தொழிலாளர்களது ஆர்ப்பாட்டங்கள் போலீசாருடனும் இராணுவப் படையாட்களுடனுமான கடும் மோதல்களாக வளர்ச்சியுற்றன.

காலனிகளிலும் சார்பு நாடுகளிலும் - இந்தியாவிலும் இந்தோ சீனாவிலும் பர்மாவிலும் சிலியிலும் மற்றும் பலவற்றிலும் - வெகுஜன ஆர்ப்பாட்டங்களும் நகர மக்கள் திரளினரது எழுச்சிகளும் விவசாயி களது கொந்தளிப்புகளும் கிளர்ந்தெழுந்தன. சீனாவின் தெற்கு மாநிலங்கள் பலவற்றில் நிலப்பிரபுத்துவத்துக்கு எதிரான விவசாயி களது போராட்டம் பரவிச் சென்றது. ஒடுக்கப்பட்ட நாடுகளில் தேசிய முதலாளித்துவத்துக்கும் ஏகாதிபத்தியத்துக்கும் இடையே

முரண்பாடுகள் தீவிரமடைந்தன. ஏகாதிபத்திய - எதிர்ப்புப் போராட்டத்தில் பல்வேறுபட்ட வர்க்க சக்திகளையும் தேசியக் கூட்டு முன்னணியாக ஒன்றுதிரளச் செய்வதற்கு மெய்யான சாத்தியப்பாடு உருவாகி வந்தது.

முதலாளித்துவ உலகம் அனைத்தையும் பீடித்துக் கொண்டுவிட்ட நெருக்கடியின் நாசகாரப் பின்னணியில், சோவியத் யூனியனது உயர்ந்த பொருளாதார வளர்ச்சி விகிதங்கள் என்றையும் விட குறிப்பிடத் தக்கனவாய்க் கண்ணெதிரே தெரிந்தன. இந்த ஆண்டுகளின் போது தான் சோவியத் உழைப்பாளி மக்கள் கம்யூனிஸ்டுக் கட்சியின் தலைமையில் முதலாவது ஐந்தாண்டுத் திட்டத்தின் மாபெரும் பணிகளை வெற்றிகரமாக முடித்துச் சாதனைகள் கண்டு உலகை வியப்புறச் செய்தார்கள். உலகிலேயே முதலாவதாகிய திட்டமிட்ட சோஷலிசப் பொருளாதாரம் நெருக்கடியால் பீடிக்கப்பட முடியாத பொருளாதாரமாய், வேலையில்லாத் திண்டாட்டத்தை அறவே ஒழித்துக் கட்டிய பொருளாதாரமாய்த் திகழ்ந்தது. சோஷலிசம், முதலாளித்துவம் ஆகிய இருவேறு சமூக - பொருளாதார அமைப்புகளின் நேர் மாறான வளர்ச்சிப் பாதைகளை இந்த நிலைமை சக்தி வாய்ந்த முறையில் புலப்படுத்திக் காட்டியது. முதலாளித்துவத் தொழில் துறையின் உற்பத்தி சடசடத்துச் சரிந்து விழ, சோவியத் தொழில் துறையின் உற்பத்தி 1929க்கும் 1932க்கும் இடையில் இரு மடங்காய்ப் பெருகியது. திட்ட காலத்துக்கு முன்னதாக 1932லேயே நிறைவேற்றி முடிக்கப்பெற்ற முதலாவது ஐந்தாண்டுத் திட்டத்தின் ஆண்டுகளில் சோவியத் யூனியன் தொழில்மயமாவதில் பிரம்மாண்ட முன்னேற்றம் கண்டது.

உலகில் வர்க்கப் போராட்டம் மிகவும் கடுமையாகிவிட்டதைத் தொடர்ந்து முதலாளித்துவப் பிற்போக்குக் கூறுகளும் நிலவுடைமை, இராணுவ அதிகார மேல் அடுக்கும் வெறித்தனமாகத் தமது சக்திகளை மாற்றமைவு செய்து கொள்ளத் தலைப்பட்டன. பல நாடுகளில் இவை தமக்கு இனி பாசிஸம் ஒன்றே வழியென, உழைப்பாளி மக்களை ஈவிரக்கமின்றி நசுக்கிப் புரட்சியின் வளர்ச்சியைத் தடுத்து நிறுத்த இது ஒன்றே வழியெனக் கொள்ளலாயின. சோஷலிசக் கருத்துகள் உலகு தழுவிய அளவில் ஓங்குவதற்குத் தனது வெற்றிகளின் மூலம் வகை செய்து வந்த சோவியத் யூனியனை எதிர்ப்பதற்கான எடுபிடிப் படையாகவும் பாசிஸத்தைக் கொள்ளலாமென ஏகாதிபத்தியப் பிற்போக்கு கருதியது. அந்த ஆண்டுகளில் வலதுசாரி சமூக-ஜனநாயகம் முதலாளித்துவ வர்க்கத்துடன் வர்க்க ஒத்துழைப்புப் பாதையைப் பின்பற்றி என்றையும் விட கடுமையாகப் புரட்சி இயக்கத்தை எதிர்த்தது.

சமுக-ஜனநாயகத் தலைவர்கள் தொழிலாளர்களை வேலை நிறுத்தம் செய்யாதபடிப் பின்னால் இழுத்துத் தடுத்தனர். நெருக்கடி நீடிக்கும் போது வேலை நிறுத்தம் செய்வது கொடுங் குற்றமாகுமென்ற

கோஷத்தை அவர்கள் வெளியிட்டனர், வேலை நிறுத்தத்தால் உற்பத்தி மேலும் குறைந்துவிடுமென்று காரணம் கூறினர். முதலாளித்துவ அரசாங்கங்களது பிற்போக்குவாத, தொழிலாளர்-எதிர்ப்பு நடவடிக்கை களுக்கு அவர்கள் ஆதரவளித்தார்கள்; "பெருங்கேட்டினும் சிறு கேடே நன்று" என்பதன் பெயரால், அதாவது பாசிஸத்தையோ, "இடதுசாரியி லிருந்த தீவிரவாதத்தையோ" தடுத்து நிறுத்துவதாகக் கூறி அவர்கள் இப்படி ஆதரவளிப்பது அவசியமாகுமென வாதாடினார்கள். ஆனால் உண்மையில், பெரு முதலாளித்துவ வர்க்கத்தின் மிதவாத வட்டாரங் களுடன் ஒத்துழைக்கும் செயல் நெறியானது, பிற்போக்கிற்கு ஒன்றன் பின் ஒன்றாக விட்டுக் கொடுத்துச் செல்வதற்கே, பிற்போக்கின், பாசிஸத்தின் தாக்குதலுக்கு எதிரான வைராக்கியமான போராட்டத்தை விட்டொழிப்பதற்கே இட்டுச் சென்றது. முதலாளித்துவ நாடாளுமன்ற ஆட்சிகள்தாம் சீர்திருத்தவாதக் கொள்கைக்கு அடிப்படையாக அமையக் கூடிய ஒரே ஆதாரம் என்பதாக வாதாடி, வலதுசாரி சமூக-ஜனநாயகம் இந்த ஆட்சிகளை "பெருங் கேட்டினும் சிறு கேடே நன்று" என்பதன் பெயரில் ஆதரித்தது, நெருக்கடி நீடித்த அந்த ஆண்டுகளில் இவ்வாட்சிகள் மேலும் மேலும் பிற்போக்கான ஆட்சிகளாகி பாசிஸ வளர்ச்சிக்கு உதவி புரிந்ததையும் கருதாமலே ஆதரித்தது. வலதுசாரி சமூக-ஜனநாயகத்தின் கொள்கை பிற்போக்கிற்கும் பாசிஸத்திற்கும் உடந்தையாகச் செயல்படும் கொள்கையாகவே இருந்தது.

பொருளாதார நெருக்கடி வளருவதைத் தொடர்ந்து ஏகாதி பத்தியத்தின் உள் முரண்பாடுகளும் வெளி முரண்பாடுகளும் கடுமை யாகத் தீவிரமடைந்துவிடுமென்றும், முதலாளித்துவ நாடுகளிலும் காலனிகளிலும் புரட்சிகர முன்னேற்றம் திரும்பவும் ஆரம்பமாகு மென்றும் கம்யூனிஸ்டு அகிலம் குறிப்பிட்டது.

கம்யூனிஸ்டு அகிலச் செயற்குழுவின் பதினோறாவது சிறப்புக் கூட்டம் 1931 மார்ச்-ஏப்ரலில் நடைபெற்றது. முதலாளித்துவ வர்க்கம் நெருக்கடியின் முழுச் சுமையையும் உழைப்பாளி மக்களின் தலைக்கு மாற்றிட முயன்றதையும், தொழிலாளி வர்க்கத்துக்கும் உழைப்பாளி மக்களது ஏனைய பகுதிகளுக்கும் எதிராகத் தாக்குதல் நடத்துவதற்குத் தயார் செய்து வந்ததையும், அரசியல் பிற்போக்கைத் தீவிரமாக்கும் பாதையில், பாசிஸமயமாக்கும் பாதையில் இறங்கி வந்ததையும் இந்தச் சிறப்புக் கூட்டம் எடுத்துரைத்தது. மூலதனத்தின் தாக்குதலை எதிர்த்து, முதலாளித்துவச் சர்வாதிகாரத்தை "அதன் எல்லா வடிவங்களிலும்" எதிர்த்து, ஏகாதிபத்திய யுத்தத்துக்கும் சோவியத்-எதிர்ப்பு இராணுவத் தலையீட்டுக்குமான தயாரிப்புகளை எதிர்த்து முழுமூச்சுடன் போராடு மாறு கம்யூனிஸ்டுக் கட்சிகளை அது வற்புறுத்தியது. தொழிலாளி வர்க்கத்தின் உடனடிக் கோரிக்கைகளுக்கான போராட்டம் வெகு

ஜனங்களது புரட்சிகர அணிதிரட்டலுக்கு வகை செய்யும் ஒரு முக்கிய காரணியாகுமென்று அது வலியுறுத்தியது.

பாசிஸ அபாயம் அதிகரித்து வந்ததைச் சுட்டிக் காட்டிச் சிறப்புக் கூட்டம், பாசிஸத்தை முதலாளித்துவத்தின் சிதைவில் தவிர்க்க இயலாத ஒரு வரலாற்றுக் கட்டமாகக் கருதிய அபாயகரமான கருத்தோட்டங்களை எதிர்த்து மேலும் கடுமையாகப் போராட்டம் நடத்துமாறு அறைகூவியது. பாசிஸமானது முதலாளித்துவத்தின் நெருக்கடியினது அறிகுறி மட்டுமல்ல, மூலதனத்தின் தாக்குதலின் மிகவும் அபாயகரமான வடிவங்களில் ஒன்றும் ஆகுமெனச் சிறப்புக் கூட்டம் வலியுறுத்தியது.

க.அ.செ.கு.-வின் பதினோறாவது சிறப்புக் கூட்டத்தின் தீர்மானங்கள் கம்யூனிஸ்டுக் கட்சிகளது போர்க் குணம் கொண்ட புரட்சி மனப் பாங்கையும், மூலதனத்துக்கு எதிரான போராட்டத்தில் அவை துணிவுடன் வெகுஜனங்களுக்குத் தலைமை தாங்க முயற்சி செய்ததையும் வெளியிட்டன. ஆயினும் இந்தத் தீர்மானங்கள், புரட்சிகர நெருக்கடி முதிர்ச்சியுற்று வந்த வேகத்தை ஓரளவு மிகைப்படுத்தியும், வர்க்கப் பகைவனது சக்திகளை ஓரளவு குறைத்தும் மதிப்பிட்டன. வெகு ஜனங்கள் ஏற்கெனவே ஜனநாயகக் கோஷங்களிலிருந்து திரும்பிப் பாட்டாளி வர்க்கச் சர்வாதிகாரத்துக்கான போராட்டத்தின் நிலைகளுக்குச் செல்ல முற்பட்டுவிட்டதாகக் கம்யூனிஸ்டு அகிலமும் அதன் பிரிவுகளும் போதிய ஆதாரமில்லாமலே முடிவு செய்தன.

ஆகவே இந்தச் சந்தர்ப்பத்தில் சிறப்புக் கூட்டம், மூலதனத்தினுடைய சர்வாதிகாரத்தின் எல்லா வடிவங்களுக்கும் எதிரான, முதலாளித்துவ ஜனநாயகமும் அடங்கலாய் எல்லா வடிவங்களுக்கும் எதிரான வைராக்கியப் போராட்டத்துக்குரிய பாதையை வரைந்து சென்றது. நேரடியாக சோஷலிசப் புரட்சிக்காகப் போராடுவதற்கு வெகுஜனங்களுடைய ஆயத்த நிலை குறித்து அது மிகைப்பட மதிப்பிட்டது.

பிற்போக்கும் பாசிஸமும் தொடுத்து வந்த தாக்குதலும், ஏகாதிபத்தியத்தின் மேலும் மேலும் ஆழமாகி வந்த முரண்பாடுகளும் தெளிவாகவே முனைப்பான பாசிஸ்டு-எதிர்ப்பு, ஏகபோக - எதிர்ப்பு உள்ளடக்கம் கொண்ட பொதுவான ஜனநாயகப் பணிகளைத்தான் வலிமை வாய்ந்த முறையில் முன்னிலைக்கு வரச் செய்தன. அப்போது உருவாகிக் கொண்டிருந்த சூழ்நிலையானது, யாவற்றுக்கும் முதலாய்ப் பாசிஸத்துக்கு எதிரான பொதுவான ஜனநாயகக் கோரிக்கைகளுக்கான போராட்டத்தில் தொழிலாளி வர்க்கத்தையும் அதன் கூட்டாளிகளையும் ஒன்றுதிரட்ட வேண்டிய அவசியத்தை நோக்கியே கம்யூனிஸ்டுகளை இட்டுச் சென்றது. லெனினியக் கருத்துகளையும், மற்றும் பாசிஸத்தை

எதிர்த்து ஜனநாயகத்துக்கும் பாட்டாளி வர்க்கக் கூட்டு முன்னணிக்கு மான போராட்டத்தில் பெறப்பட்ட புரட்சிகர அனுபவத்தையும் ஆதாரமாகக் கொண்டு கம்யூனிஸ்டு அகிலத்தின் கொள்கையில் ஒரு முக்கிய திருப்பத்தை உண்டாக்குவது அவசியமாகி வந்தது. முதலாளித்துவ நாடுகளிலான போராட்டத்தில் பொதுவான ஜனநாயக, ஏகபோக-எதிர்ப்புக் கட்டம் தவிர்க்கவொண்ணாததாகி விட்டதைக் கணக்கில் எடுத்துக் கொண்டு ஒரு புதிய ஆதாரநெறியை வகுத்திடுவது தேவையாக இருந்தது. மாறிவிட்ட சூழ்நிலையின் பிரத்தியேகத் தன்மையையும், இதன் விளைவாய் யாவற்றுக்கும் முதலாய்ப் பொதுவான ஜனநாயக, பாசிஸ்டு-எதிர்ப்புப் பணிகளில் எல்லா முயற்சிகளையும் ஒன்று குவியச் செய்திட வேண்டிய அவசியத்தையும் உடனடியாகக் கணக்கில் எடுத்துக் கொள்ள கம்யூனிஸ்டு இயக்கம் தவறிவிட்டது. உலகப் பொருளாதார நெருக்கடியின் ஆண்டுகளில் பிற்போக்குக்கும் பாசிஸத் துக்கும் எதிரான போராட்டத்துள் மிக மிக விரிவான அளவில் வெகு ஜனங்களை ஈர்த்திடுவதற்குக் கிடைத்த பிரமாதமான சாத்தியப் பாடுகளைக் கம்யூனிஸ்டுகள் பயன்படுத்திக் கொள்வதற்கு மேற்கூறிய நிலைமை தடங்கலாய் அமைந்தது.

ஆயினும் இன்னல்களையும் தவறுகளையும், பயங்கரத்தையும் அடக்குமுறையையும், கம்யூனிஸ்டு - எதிர்ப்பு வெறியாட்டத்தையும் மீறி, கம்யூனிஸ்டு இயக்கம் இந்த ஆண்டுகளில் பாசிஸத்தை எதிர்த்து வெஞ்சமர் புரிந்தது. உழைப்பாளி மக்களது வாழ்க்கைத் தரத்தின் மீது மூலதனம் தொடுத்த தாக்குதலையும், பெருந்திரள் மக்களது மெத்தக் கடினமான நிலைமையை மேலும் மோசமாக்கிய பல்வேறு அவசரச் சட்டங்களையும், ஆணைகளையும், "சிக்கனத் திட்டங்களையும்," வேலை முடக்கத்தையும் சமூக உதவிகளிலான குறைப்புகளையும் முதலாளிகளும் போலீசாரும் கட்டவிழ்த்துவிட்ட பயங்கரத்தையும் இன்ன பிறவற்றையும் எதிர்த்தும், வேலையில்லாதோருக்கு உடனடி யாக நிவாரணப் படி கோரியும், பாசிஸ்டு குண்டர்கள் நிராயுத பாணிகளாக்கப் படுவதற்காகவும் போராடுவதற்காகக் கம்யூனிஸ்டு அகிலமும் கம்யூனிஸ்டுக் கட்சிகளும்தான் வெகுஜனங்களை ஒன்று திரட்டி ஒழுங்கமைப்பு செய்யும் பிரதான அரசியல் சக்தியாகச் செயலாற்றின. அக்காலத்தில் முதலாளித்தவ நாடுகள் பலவற்றிலும் வெடித்தெழுந்த ஆவேசமான வேலைநிறுத்தப் போர்களிலும், வேலை யில்லாதோரது ஆர்ப்பாட்டங்களிலும், பிற்போக்குக்கும் பாசிஸத் துக்கும் எதிரான அரசியல் வேலைநிறுத்தங்களிலும் கம்யூனிஸ்டுக் கட்சிகள் உழைப்பாளி மக்களது முன்வரிசையில் நின்றன. உழைப்பாளி மக்களது நலன்களைப் பாதுகாப்பதற்காகக் கம்யூனிஸ்டுக் கட்சிகள் தன்னலங் கருதாத் தியாக உணர்வோடு வீரப் போராட்டம் நடத்தியதன் மூலம், அவை தொழிலாளர்களில் கணிமான பகுதியோரின் ஆதரவுக்கும் அன்புக்கும் உரியனவாயின.

பாசிஸ்டு தாக்குதலால் பேரபாயத்துக்கு உள்ளாகி வந்த ஜெர் மனியில் கம்யூனிஸ்டுக் கட்சி பாசிஸத்தின் எதிர்ப்பாளர்களாகிய எல்லாத் தொழிலாளர்களையும் ஒன்றுபடச் செய்வதற்கான வழிமுறை களை விடாப்பிடியாகத் தேடி வந்தது. 1932ஆம் ஆண்டு கோடையில் அது வெகுஜன "பாசிஸ்டு - எதிர்ப்பு நடவடிக்கை" இயக்கம் நடத்தியது. ஜெர்மன் கம்யூனிஸ்டுக் கட்சியின் தலைவர்கள் - முக்கியமாகவும் முதன்மையாகவும் எர்னஸ்ட் தேல்மன் - நாஜிகளுக்கு எதிரான கூட்டு முன்னணிப் போராட்டத்தில் சேர்ந்து கொள்ளுமாறு மீண்டும் மீண்டும் சமூக - ஜனநாயகத் தொழிலாளர்களை வற்புறுத்தி வந்தனர். பல நாடுகளில் கம்யூனிஸ்டுக் கட்சிகள் பாசிஸ்டு-எதிர்ப்புப் போராட்டத்தைத் தீவிரமாக்கிச் சென்றன.

பாசிஸத்துக்கு எதிரான இந்தப் போராட்டத்தின் போது மேலும் மேலும் அதிகமான தொழிலாளர்கள் கம்யூனிஸ்டுக் கட்சிகளில் சேர்ந்து கொண்டார்கள். ஜெர்மன் கம்யூனிஸ்டுக் கட்சி அதிவேகமாய் வளர்ந்து சென்றது. செக்கோஸ்லோவாக்கியா, பின்லாந்து, மற்றும் பல நாடுகளின் கம்யூனிஸ்டுக் கட்சிகளது உறுப்பினர் எண்ணிக்கை அதிகரித்தது. இந்தோசீனாவிலும் மலேயாவிலும் ஐஸ்லாந்திலும் சைப்ரஸிலும் பிலிப்பீன் தீவுகளிலும் (1930) கம்யூனிஸ்டுக் கட்சிகள் நிறுவப்பட்டன. லத்தீன் - அமெரிக்காவில் சால்வடோர், பனாமா, வெனிஸூவேலா, கொலம்பியா, கோஸ்ட்டாரிக்கா ஆகிய நாடுகளில் சிதறுண்டிருந்த கம்யூனிஸ்டுக் கோஷ்டிகள் 1930லும் 1931லும் கம்யூனிஸ்டுக் கட்சிகளை அமைத்துக் கொண்டன.

பாசிஸத்தின் தாக்குதலுக்கு எதிராய் உழைப்பாளி மக்களை ஒன்று திரட்டி வந்த கம்யூனிஸ்டுக் கட்சிகள், இடதுசாரிக் குறுங்குழுவாதக் கூறுகளுக்கும் கோஷ்டிகளுக்கும் எதிரான தமது போராட்டத்தைக் கடுமையாக்கிக் கொண்டன. இந்தக் கூறுகளும் குழுக்களும் (பிரான்சில் பர்பியே-செலோர் குழு, ஜெர்மனியில் நியுமன் - ரெம்மெலே குழு, பிற நாடுகளில் பிற குழுக்கள்) பிழையற்ற கொள்கை வகுக்கப்படுவதற்கும், வெகுஜனங்களிடையே விரிவான அளவில் பாசிஸ்டு-எதிர்ப்பு வேலைகள் நடைபெறுவதற்கும் இடையூறு புரிந்து வந்தன.

1932 ஆகஸ்டு - செப்டம்பரில் நடைபெற்ற கம்யூனிஸ்டு அகிலச் செயற்குழுவின் பன்னிரண்டாவது சிறப்புக் கூட்டம், வர்க்கப் போராட்டம் மேலும் கூர்மையாகி வந்ததை எடுத்துரைத்தது, வெகு ஜனங்களிடையே கம்யூனிஸ்டுகள் தமது வேலைகளைத் தீவிரப்படுத்திக் கொள்வதன் அவசியத்தையும், சரியான அன்றாடக் கோரிக்கைகளை வகுத்து முன்வைப்பது இன்றியமையாததென்பதையும், தொழிலாளர் களது கூட்டு முன்னணியை அமைத்திடுவதன் முக்கியத்துவத்தையும் கோடிட்டுக் காட்டியது. மக்கள் பெருந்திரளினரது அன்றாட

பொருளாதார, அரசியல் நலன்களுக்கான போராட்டத்துக்கு கம்யூனிஸ்டுகள் தலைமை தாங்க வேண்டும், இந்த ஒரு வழியில் மட்டுமே அவர்கள் மக்கள் பெருந்திரளினரைத் தம் பக்கத்துக்கு ஈர்த்துக் கொள்ள முடியும் என்று இந்தச் சிறப்புக் கூட்டத்தில் ஒட்டோ கூஸினினும் எர்னஸ்ட் தேல்மனும் கிளிமென்ட் கோட்வால்டும் எடுத்துரைத்தனர். இதைச் செய்யும் பொருட்டு, கம்யூனிஸ்டுகள் சீர்திருத்தவாதத் தொழிற் சங்கங்களின் அடிநிலை நிறுவனங்களோடும், உள்ளூர் சமூக-ஜனநாயக நிறுவனங்களோடும் தொடர்புகள் நிறுவிக் கொண்டாக வேண்டும். போர்த்தந்திரப் பிரச்சினைகள் குறித்து சிறப்புக் கூட்டம் ஏற்ற தீர்மானங்கள், தொழிலாளர்களது கூட்டு முன்னணியின் கட்டுக்கோப்பைத் திட்டவட்டமாக விரிவுபடுத்து வனவாகவும், தவறான பழைய கருத்துக்கள் சிலவற்றை அகற்றுவன வாகவும் இருந்தன. ஆயினும், பாசிஸமானது முதற்பெரும் அபாயமாக வளர்ந்துவிட்ட ஒரு நேரத்தில் அவசியம் திருத்தப்பட்டாக வேண்டிய முந்தைய வரையறுப்புகள் சிலவற்றுடன் இந்தத் தீர்மானங்கள் சேர்த்து இணைக்கப்பட்டிருந்தன.

ஜெர்மனியில் 1933 ஜனவரியில் நாஜிகள் அதிகாரத்துக்கு வந்தனர்; இதன் விளைவாய் சமூக-ஜனநாயக நிறுவனங்களும் அடங்கலாய் ஜெர்மன் தொழிலாளி வர்க்கத்தின் அரசியல், பொருளாதார நிறுவனங்கள் யாவும் நொறுக்கப்பட்டன. இந்நிகழ்வுகள் சர்வதேசத் தொழிலாளி வர்க்கத்தைத் திடுக்குற்றுக் கலங்கச் செய்தன. தொழிலாளி வர்க்கத்தின் செயல் ஒற்றுமை, தொழிலாளர் இயக்கத்தின் மிகவும் அவசரமான அத்தியாவசியத் தேவையாகிவிட்டது. பாசிஸத்துக்கு எதிராய் ஒன்றுபட்ட செயலை மேற்கொள்ள வேண்டுமென்று கம்யூனிஸ்டுகள் கூறிய முன் மொழிவுகளுக்கு சமூக-ஜனநாயகத் தொழிலாளர்களிடமிருந்து மேலும் மேலும் ஆதரவு பெருகியெழுந்தது. ஒற்றுமைக்காக சமூக - ஜனநாயகத் தொழிலாளர்களிடையே கிளர்ந் தெழுந்த முயற்சித் துடிப்பினை சோஷலிஸ்டுத் தொழிலாளர் அகிலம் இனி உதாசீனம் செய்ய முடியாமற் போகவே, 1933 பிப்ரவரியில், பாசிஸ்டு-எதிர்ப்புக் கூட்டுச் செயற்பாடு குறித்துக் கம்யூனிஸ்டு அகிலத்துடன் பேச்சு வார்த்தைகள் நடத்த சோஷலிஸ்டுகள் உடன் படுவதாகப் பல நிபந்தனை வரையறைகளுடன் அது அறிவித்தது. அப்போதுங்கூட சோஷலிஸ்டுத் தொழிலாளர் அகிலம் பாசிஸத்துக்கு எதிரான போராட்டத்துக்குத் திட்டவட்டமான வேலைத்திட்டம் எதையும் முன்வைக்கவில்லை. கம்யூனிஸ்டுகளும் சமூக - ஜனநாயகவாதி களும் ஒருவரையொருவர் தாக்குவதைத் தவிர்த்துக் கொள்ள வேண்டு மெனக் கூறுவதுடன் அது நிறுத்திக் கொண்டது.

1933 மார்ச் 5ல் விடுக்கப்பட்ட “எல்லா நாடுகளின் தொழிலாளர் களுக்கும் வேண்டுகோளில்” கம்யூனிஸ்டு அகிலச் செயற்குழு, பாசிஸ்டு-

எதிர்ப்புப் போராட்டத்துக்குப் போர்க்குணம் படைத்த ஸ்தூலமான ஒரு வேலைத் திட்டத்தை முன்வைத்தது. தொழிலாளி வர்க்கத்தின் மீதான பாசிஸ்டுத் தாக்குதலின் எதிரே, சமூக - ஜனநாயக அணிகளுடன் கூட்டு முன்னணி அமைத்துக் கொள்ளும்படியும், கம்யூனிஸ்டுக் கட்சிகளுக்கும் சமூக-ஜனநாயகக் கட்சிகளுக்கும் இடையே தலைமை மட்டத்தில் உடன்பாட்டுக்கு வரும்படியும் க.அ.செ.கு. எல்லாக் கம்யூனிஸ்டுக் கட்சிகளுக்கும் அறைகூவல் விடுத்தது. தொழிலாளர் களது அரசியல் நிறுவனங்கள், தொழிற்சங்கங்கள், பிற நிறுவனங்கள் மீது பாசிஸமும் பிற்போக்கும் தொடுக்கும் தாக்குதல்களை எதிர்த் தடிப்பதற்கு சோஷலிஸ்டுத் தொழிலாளர் அகிலத்தின் செயற்குழுவும்-சமூக-ஜனநாயகக் கட்சிகளும் உடனடியாகக் கம்யூனிஸ்டுகளுடன் கூட்டாக ஏற்பாடு செய்ய முற்பட வேண்டுமென்றும், கூட்டுத் தற்காப்புத் தொண்டர் படைப்பிரிவுகள் அமைக்க வேண்டுமென்றும், கூலிக் குறைப்பையும் வேலையில்லாதோருக்கான நிவாரணத்தின் குறைப் பையும் இன்ன பிறவற்றையும் எதிர்த்துக் கூட்டுப் போராட்டத்துக்கு ஒழுங்கமைப்பு செய்ய வேண்டுமென்றும் கம்யூனிஸ்டு அகிலம் முன் மொழிந்தது. இந்த முன்மொழிவுகள் மேலும் விரிவான அளவிலான தொழிலாளர் கூட்டு முன்னணிக்கு அடித்தளம் அமைத்திட்டன. மூலதனத்தின், பாசிஸத்தின் தாக்குதலுக்கு எதிரான கூட்டுப் போராட்டத்தின் போது சமூக-ஜனநாயக நிறுவனங்களுடன் கடுமை யான வாதப் பிரதிவாதங்களில் ஈடுபட வேண்டாமென்று கம்யூனிஸ்டு அகிலம் கம்யூனிஸ்டுக் கட்சிகளுக்கு ஆலோசனை கூறியது.

கம்யூனிஸ்டு அகிலத்தின் இந்த முன்மொழிவுகளை சோஷலிஸ்டுத் தொழிலாளர் அகிலம் நிராகரித்தது. பாசிஸ்டு - எதிர்ப்புக் கூட்டு முன்னணி அமைக்கப்பட வேண்டுமென்று கம்யூனிஸ்டுக் கட்சிகள் முன்வைத்த முன்மொழிவினை எல்லா சோஷலிஸ்டுக் கட்சிகளும் பல்வேறு சாக்கு போக்குகளை கூறி நிராகரித்தன. இந்தக் கட்சிகள் மறுத்துவிட்ட போதிலும், கம்யூனிஸ்டுகள் பாசிஸத்துக்கு எதிராய் எல்லா பாசிஸ்டு - எதிர்ப்புத் தொழிலாளர்களையும் அவர்களது கூட்டாளிகளையும் ஒன்றுபடுத்துவதற்கான வழிமுறைகளைத் தொடர்ந்து தேடி வந்தனர்.

ஐரோப்பிய பாசிஸ்டு - எதிர்ப்புத் தொழிலாளர் மாநாடு 1933 ஜூனில் பாரிஸ் நகரில் பிலெயல் மண்டபத்தில் நடைபெற்றது. பாசிஸ்டு - எதிர்ப்பாளர்கள் எல்லோரையும் கொண்ட போர்க்குணம் படைத்த விரிவான கூட்டு முன்னணியை நிறுவ வேண்டுமென்பதே இம்மாநாட்டின் ஆதாரக் கருத்தாய் இருந்தது. பாசிஸத்தையும் ஏகாதிபத்தியத்தையும் எதிர்த்து, உழைப்பாளி மக்களது ஜனநாய உரிமைகளின் பாதுகாப்புக்காக, பொருளாதார கோரிக்கைகளுக்காகப்

போராடுவதற்கான ஸ்தூலமான வேலைத்திட்டத்தை இந்த மாநாடு வகுத்து வெளியிட்டது.

ரைஹ்ஸ்டாகுக்குக்[1] கம்யூனிஸ்டுகள் தீ வைத்ததாகக் குற்றம் சாட்டி பாசிஸ்டுகள் வழக்கு ஜோடித்து 1933ல் லீப்சிக்கில் நடத்திய விசாரணையில் கியோர்கி திமித்ரோவ் வெளிப்படுத்திய வீரமும் தீரமும் உலகெங்கும் பாசிஸ்டு - எதிர்ப்பு சக்திகளது செயல்களை மும்முரமாகும்படி வெகுவாய் ஊக்குவித்தன. நாஜிகள் புரிந்த கொடுங் குற்றங்களையும் பாசிஸத்தின் பயங்கரக் கொள்கையையும் திமித்ரோவ் அம்பலப்படுத்தினார். உத்வேகங் கொண்ட இந்தப் புரட்சி வீரரையும் குற்றம் சுமத்தப்பட்ட ஏனைய கம்யூனிஸ்டுகளையும் பாதுகாப்பதற்காக நடைபெற்ற சர்வதேச இயக்கத்திலும், மற்றும் பாசிஸ்டு பயங்கர வாதத்துக்கு எதிரான இயக்கத்திலும் கம்யூனிஸ்டுத் தொழிலாளர்கள் மட்டுமின்றி, சமூக - ஜனநாயகத் தொழிலாளர்களும் சீர்திருத்தவாத, கிறிஸ்துவத் தொழிற்சங்கங்களின் உறுப்பினர்களும் முற்போக்கு அறிவுத்துறையினரும் பங்கெடுத்துக் கொண்டார்கள்.

1933 நவம்பர்-டிசம்பரில் கம்யூனிஸ்டு அகிலச் செயற்குழுவின் பதின்மூன்றாவது சிறப்புக் கூட்டம், பாசிஸத்துக்கும் ஏகாதிபத்தியத் துக்கும் யுத்தத்துக்கும் எதிராய்ச் சர்வதேசப் பாட்டாளி வர்க்கத்தை ஒன்றுதிரளச் செய்வது குறித்து விவாதித்தது. பாசிஸமானது நிதி மூலதனத்தின் மிகவும் பிற்போக்கான, தேசியவெறி மிகுந்த, பழுத்த ஏகாதிபத்தியக் கூறுகளின் பகிரங்கமான பயங்கரவாதச் சர்வாதி காரமாகுமென இந்தச் சிறப்புக் கூட்டம் பாசிஸத்துக்கு இலக்கணம் கூறியது. வளர்ச்சி பெற்ற முதலாளித்துவ நாடுகளில் எழுந்த பாசிஸத்தின் வர்க்கத் தன்மையை இந்த இலக்கணம் வெட்ட வெளிச்சமாக்கி, கம்யூனிஸ்டுக் கட்சிகள் முன்னிலும் சரியானபடி தமது பாசிஸ்டு-எதிர்ப்புக் கொள்கையை வகுத்துக் கொள்ள உதவியது.

யுத்தத்துக்கு எதிரான போராட்டத்தைப் பரிசீலித்த பதின் மூன்றாவது சிறப்புக் கூட்டம், பாட்டாளி வர்க்கமானது தனது செயலின் மூலம் "யுத்தத்தைத் தாமதப்படுத்தும், ஒத்திப்போடும்" வல்லமை வாய்ந்ததென்ற அடிப்படையான முடிவை வந்தடைந்தது, ஏகாதிபத்திய யுத்தம் மூளுவதைத் தடுக்க இயலாது, மற்றொரு ஏகாதிபத்திய யுத்தத்தின் விளைவாக மட்டுமே மெய்யான புரட்சி ஆரம்பமாகும் என்ற ஊழ்வலிக் கருத்தோட்டத்தைக் கம்யூனிஸ்டுக் கட்சிகள் எதிர்த்துப் போராடியாக வேண்டும் என்றது.[2]

ஆயினும், சிறப்புக் கூட்டத் தீர்மானங்களில் தவறான முந்திய வரையறுப்புகளில் பலவும் இடம் பெற்றிருந்தன. பாசிஸம் அதிகாரத்துக்கு வந்துவிட்டதால் நிலைமைகள் மாறிவிட்டன என்றாலுங்கூட, பாசிஸ்டு நாடுகளிலான முதலாளித்துவ வர்க்கமும்

உட்பட எல்லா முதலாளித்துவ வர்க்கத்துக்கும் சமூக-ஜனநாய இயக்கம் பிரதான சமூகஆதாரமாக இருக்கிறதென்ற மதிப்பீட்டைச் சிறப்புக் கூட்டம் மீண்டும் எடுத்துரைத்து உறுதி செய்தது.

உலகப் பொருளாதார நெருக்கடி ஆண்டுகளின் போது, தேசவிடுதலை இயக்கத்தின் புரட்சிகர சக்திகளை வலிமை பெறச் செய்வதற்குக் கம்யூனிஸ்டு அகிலம் பெரிய அளவில் வேலை செய்தது.

சீனக் கம்யூனிஸ்டுக் கட்சி லி லி-சான் "இடதுசாரிக்" குறுங் குழுவாதக் கோஷ்டிக்கு எதிராய் நடத்திய போராட்டத்தில் கம்யூனிஸ்டு அகிலம் இக்கட்சிக்குக் கணிச உதவி அளித்தது. லி லி-சான் தனது சாகசவாத, ஆட்சிக் கவிழ்ப்புக் கொள்கை நெறியினைச் சீனக் கட்சியின் மீது திணிக்க முயன்று வந்தார். சீனக் கம்யூனிஸ்டுக் கட்சித் தலைமை யினது இடதுசாரிவாதத் தவறுகளைப் பற்றிய கம்யூனிஸ்டு அகிலச் செயற் குழுவின் தீர்மானங்கள், லி லி-சானும் அவரது ஆதரவாளர்களும் பின்பற்றிய "அதீத-புரட்சிகரக்" குட்டிமுதலாளித்துவத் தேசியவாதப் போக்கினைக் களைந்திடுவதற்கு அடிப்படையை அமைத்துத் தந்தன.

ஒடுக்கப்பட்ட நாடுகளைச் சேர்ந்த ஏனைய கம்யூனிஸ்டுக் கட்சிகள் அவற்றின் அரசியல் கொள்கை நெறியை வகுத்துக் கொள் வதில் பங்கெடுத்துக் கொண்டும், அவற்றின் ஊழியர்களுக்குப் பயிற்சி யளித்தும், அவற்றின் அரசியல், பொருளாதாரப் போராட்டத்துக்கு எல்லா வழிகளிலும் ஆதரவளித்தும் கம்யூனிஸ்டு அகிலம் பெரிய அளவில் அவற்றுக்குத் துணை புரிந்தது.

காலனிகளையும் அரைக்காலனிகளையும் சேர்ந்த கம்யூனிஸ்டுக் கட்சிகள், அவற்றின் பாதையில் எழுந்த இன்னல்களையும் அவற்றின் தனிப்பட்ட தவறுகளையும் மீறி, எல்லா ஏகாதிபத்திய - எதிர்ப்பு சக்திகளின் ஒருங்கிணைவுக்காகப் பாடுபடுவதும், அந்தந்த நாட்டின் ஸ்தூலமான வரலாற்று நிலைமைகளுக்கும் தேசிய நிலைமைகளுக்கும் உகந்த ஆதார நெறியையும் போர்த்தந்திரத்தையும் வளர்த்து உருவாக்கிக் கொள்வதும் அவசியமென்பதை அவற்றின் சொந்த அனுபவத்தின் வாயிலாகத் தெரிந்து கொண்டன. முதலாளித்துவ நாடுகளில் போராட்டத்தின் ஆதாரநெறி, போர்த்தந்திர நோக்கங்களையும், ஒடுக்கப்பட்ட நாடுகளில் கம்யூனிஸ்டுக் கட்சியின் பணியையும் திருத்தி வரையறுப்பது அவசியமாகுமென்ற முடிவைக் கம்யூனிஸ்டு இயக்கம் படிப்படியாக வந்தடைந்தது.

1. **ரைஹ்ஸ்டாக்-**ஜெர்மனியில் இருந்த நாடாளுமன்றத்தின் கட்டடம்.
2. பார்க்கவும்: **க.அ.செ.கு.-வின் பதின்மூன்றாவது சிறப்புக் கூட்டம், சுருக்கெழுத்து மாற்றுப்படி,** (ருஷ்யனில்), மாஸ்கோ, 1934, பக்கங்கள் 13, 312.

5. பாசிஸத்துக்கும் யுத்தத்துக்கும் எதிராய்த் தொழிலாளர்களது மக்களது கூட்டு முன்னணிக்கான போராட்டத்தில் கம்யூனிஸ்டு அகிலம் (1934-1939)

1930ஆம் ஆண்டுகளின் நடுப்பகுதியில் உலக நிலைமையானது இரண்டு பிரதான காரணக் கூறுகளால் நிர்ணயம் செய்யப்பட்டது: சோவியத் யூனியனில் சோஷலிசத்தைக் கட்டியெழுப்புவதில் கிடைத்த சகாப்தகர முக்கியத்துவம் வாய்ந்த வெற்றிகள்; முதலாளித்துவ நாடுகளில் பாசிஸமும் ஏகாதிபத்தியப் பிற்போக்கும் நடத்திய தாக்குதல்.

சோவியத் யூனியனில் சோஷலிசத்தின் வெற்றி, சுரண்டும் வர்க்கங்கள் நீக்கப்பட்டது, உற்பத்திச் சாதனங்களில் சமுதாய, சோஷலிச உடைமையின் முழுநிறை ஆதிக்கம், முன்னேறிய தொழில் துறை - விவசாய நாடாக சோவியத் யூனியன் மாற்றமடைந்தது - இவை யாவும் உலகில் வர்க்க சக்திகளது பரஸ்பர நிலையை முதலாளித்துவத்துக்குப் பாதகமான திசையில் வெகுவாய் மாறச் செய்தன. சர்வதேசத் தொழிலாளி வர்க்கத்துக்கு சோவியத் யூனியனின் வடிவில் முன்னிலைப் படைப்பிரிவு ஒன்று கிடைத்தது, இந்த முன்னிலைப் படைப்பிரிவு சர்வதேசத் தொழிலாளி வர்க்கத்தின் உடல் வலிவையும், உலகில் சோஷலிசத்தின் ஆதாயங்களைப் பாதுகாப்பதற்கும் உறுதி யாக்கிக் கொள்வதற்கும் அதற்குள்ள வல்லமையையும் அதிகமாக்கியது.

ஜெர்மனியில் நாஜிகளுக்குக் கிடைத்த வெற்றியால் ஊக்க மடைந்து மிகப் பல முதலாளித்துவ நாடுகளிலும், முக்கியமாய் பிரான்சிலும் ஆஸ்திரியாவிலும் ஸ்பெயினிலும் பின்லாந்திலும் பாசிஸ்டுகள் தமது செயல்களை மும்முரமாக்கிக் கொண்டனர். பாசிஸ்டுக் குண்டர் குழுக்கள் எங்கும் தொழிலாளி வர்க்கத்தையும் கம்யூனிஸ்டுக் கட்சிகளையும்தான் தமது தாக்குதலுக்கான பிரதான இலக்குகளாகக் கொண்டன. பாசிஸ்டுகள், கொடிய பயங்கரத்தைக் கையாண்டு கம்யூனிஸ்டுக் கட்சிகளை அழித்துவிடலாமென்று, உழைப்பாளி மக்கள் பல பத்தாண்டுகளாய்ப் போராடி வென்று கொண்ட உரிமைகள், சுதந்திரங்கள் யாவற்றையும் ஒழித்துவிட்டு இவர்களைப் பெரு முதலாளிகளது அடக்கவொடுக்கமான அடிமை

களாக மாற்றிவிடலாமென்றும் நினைத்தனர். அதே போது, பாசிஸமானது நாட்டு மக்களின் ஜனநாயகப் பகுதியார் எல்லோருக்குமே பகையாகச் செயல்பட்டது. நெருக்கடியிலே திக்குமுக்காடிய முதலாளித்துவத்துக்கு முதலாளித்துவ ஜனநாயகம் அபாயகரமானதாகுமென பாசிஸ்டுகள் கருதினர். முதலாளித்துவ - ஜனநாயக அமைப்புகளையும், நாடாளுமன்ற ஆட்சிகளையும், ஜனநாயகத்தின் வெளிப்பாடுகள் யாவற்றையும் அவர்கள் மூர்க்கமாய்த் தாக்கினர்.

சர்வதேச அரங்கில் பாசிஸமானது சோஷலிச நாட்டுக்கும் சர்வதேசத் தொழிலாளி வர்க்க இயக்கத்துக்கும் உழைப்பாளி மக்களது ஜனநாயக உரிமைகளுக்கும் சுதந்திரங்களுக்கும் பல நாடுகளின் மக்களது தேசிய வாழ்வுக்கும் பேராபத்து விளைவித்தது. நிகழ்ச்சிகளது வளர்ச்சி, பாசிஸத்தை எதிர்த்துப் போராடும் பொதுப் பணியைச் சர்வதேசத் தொழிலாளி வர்க்கத்தின் முன்னாலும், அனைத்து உழைப்பாளி மக்களின், எல்லா ஜனநாயகவாதிகளின் முன்னாலும் எழச் செய்தது.

பாசிஸத்தின் தாக்குதலுக்கு முன்னால் சமூக-ஜனநாயகம் தனது திராணியின்மையை முழுக்க முழுக்க வெளிப்படுத்திக் கொண்டது. அதன் தலைவர்கள் கடைப்பிடித்து வந்த சீர்திருத்தவாத, கம்யூனிஸ்டு - எதிர்ப்புக் கொள்கையின் பயனாய், சமூக - ஜனநாயகத்தால் பாசிஸத்துக்கு எவ்விதத்திலும் குறிப்பிடத்தக்க எதிர்ப்பு காட்ட முடியவில்லை. குறிப்பாக, 1934ஆம் ஆண்டு தொடக்கத்தில் ஆஸ்திரியாவில் நடைபெற்றவை இதைத் தெளிவாய்ப் புலப்படுத்தின. ஆஸ்திரியாவில் தொழிலாளி வர்க்கத்தின் மிகப் பெருவாரியானோரது ஆதரவைப் பெற்றிருந்த சீர்திருத்தவாத சமூக-ஜனநாயகக் கட்சி பாசிஸத்துக்கு எதிரான போர்க்குணம் வாய்ந்த வலுவான செயல்களை நிராகரித்தது, இதன் மூலம் அது தொழிலாளர்களை வேறு வழியே இல்லாதபடி தோல்வியுறச் செய்தது. காலங் கடந்த நிலையில், போதிய ஒழுங்கமைப்பின்றி ஆஸ்திரியத் தொழிலாளர்கள் 1934 பிப்ரவரியில் பாசிஸத்துக்குக் காட்டிய ஆயுதமேந்திய எதிர்ப்பு தோல்வியில் முடிவுற்றது. ஆயினும், சீர்திருத்தவாத நிறுவனங்களை ஆதரித்த தொழிலாளர்கள், பாசிஸத்தை எதிர்த்துச் செயல் வன்மை வாய்ந்த போராட்டம் தொடுப்பதில் கம்யூனிஸ்டுகளுடன் சேர்ந்து கொள்ளவே விரும்பினார்கள் என்பதையும் ஆஸ்திரிய நிகழ்ச்சிகள் காட்டின.

பாசிஸத்தை எதிர்த்துப் போராட்டத்தை மும்முரமாக்கிச் சென்ற கம்யூனிஸ்டு அகிலமும் கம்யூனிஸ்டுக் கட்சிகளும் ஒரு புதிய ஆதார நெறியை வளர்த்து உருவாக்கிக் கொண்டன, பாசிஸத்துக்கு எதிராகப் புரட்சிகர, ஜனநாயக சக்திகள் யாவற்றையும் ஒன்றுபடச் செய்யும்

ஆதாரநெறி இது. 1934 பிப்ரவரியில் பிரான்சில் கம்யூனிஸ்டு, சோஷலிஸ்டுத் தொழிலாளர்களது கூட்டு நடவடிக்கைகள் தீர்மான கரமான முறையில் பாசிஸத்தை எதிர்த்தடித்தன, இந்த நிகழ்ச்சிகள் பிரெஞ்சு நாட்டின் பாசிஸ்டு - எதிர்ப்பாளர்களது செயல் ஒற்றுமைக்கான பாதையில் முக்கிய கட்டமாய் அமைந்தன பாசிஸத்துக்கும் பிற் போக்குக்கும் எதிரான கூட்டுச் செயற்பாடு குறித்து 1934 ஜூலையில் பிரெஞ்சு கம்யூனிஸ்டுக் கட்சி சோஷலிஸ்டுக் கட்சியுடன் உடன் பாட்டுக்கு வந்தது. பிரான்சில் தொழிலாளர்களது கூட்டு முன்னணி ஏனைய முதலாளித்துவ நாடுகளில் தொழிலாளி வர்க்க இயக்கத்துக்கு ஆர்வமூட்டும் முன்னுதாரணமாகத் திகழ்ந்தது. உலகின் தொழி லாளர்கள் தமது சக்திகளை ஒன்றுசேர்ப்பதன் மூலம் பாசிஸத்தை வெற்றிகரமாய் எதிர்த்தடிக்க முடியும் என்பதைக் கண்ணுற்றனர்.

ஸ்பெயினில் கம்யூனிஸ்டுக் கட்சியின் அனுபவம், முக்கியமாக 1934 அக்டோபர் பொது வேலைநிறுத்தத்தின் கொந்தளிப்பான நாட்களின் போது-அஸ்தூரியாவில் இது ஆயுதமேந்திய எழுச்சியாக வளர்ந்தது- கம்யூனிஸ்டு, சோஷலிஸ்டு, அராஜகவாதத் தொழிலாளர்களது ஒற்றுமை சாத்தியமே என்பதையும், பாசிஸத்தின் தாக்குதலை எதிர்த்தடிக்க அத்தியாவசியமானது என்பதையும் நிரூபித்துக் காட்டியது.

கம்யூனிஸ்டுக் கட்சிகள், கம்யூனிஸ்டு அகிலத்தின் தலைமை உறுப்புகள் ஆகியவற்றின் பொது முயற்சிகள் மூலம் சர்வதேசக் கம்யூனிஸ்டு இயக்கத்தின் புதிய அரசியல் நெறியமைவு படிப்படியாக உருப்பெறலாயிற்று. கம்யூனிஸ்டு அகிலத்தின் ஏழாவது மாநாட்டுக்குத் தயார் செய்யப்பட்ட போது, 1934ஆம் ஆண்டு கோடையிலும் இலையுதிர் காலத்திலும், வர்க்கப் போராட்டத்தின் படிப்பினைகள் ஆழ்ந்த முறையில் தீர்க்கமாகப் பரிசீலிக்கப்பட்டன, காரசாரமான விவாதங்கள் நடைபெற்றன. காலங்கடந்தனவாகிவிட்ட வரையுறுப்புகள் இவற்றின் போது திருத்தப்பட்டன. ஏழாவது மாநாடு நிகழ்ச்சி நிரலின் பிரதான விவரங்களை வகுத்திட்ட கமிஷன்களில் சர்வதேசத் தொழி லாளி வர்க்க இயக்கத்தின் அடிப்படை பிரச்சினைகள் பரிசீலிக்கப் பட்டன. சோவியத் யூனியன் கம்யூனிஸ்டுக் கட்சியின் (போல்ஷி விக்குகள்) பிரதிநிதிகள் இந்தக் கமிஷன்களின் பணியில் முக்கிய பங்கெடுத்துக் கொண்டனர். பழைய ஆதாரநெறியை இன்னமும் விடாமல் பற்றிக் கொண்டிருந்த சிலரது கருத்துகள் இந்த விவாதங் களின் போது படிப்படியாகக் கைவிடப்படலாயின.

புதிய அரசியல் நெறியமைவு வளர்த்து உருவாக்கப்படுவதற்கு, மக்கள் முன்னணிக் கோஷம் முக்கிய பங்காற்றியது. 1934 அக்டோபர் இறுதியில் பிரெஞ்சுக் கம்யூனிஸ்டுக் கட்சியால் பறைசாற்றப்பட்ட

இந்தக் கோஷத்துக்கு 1934 டிசம்பரில் க.அ.செ.கு.-வின் தலைமைக் குழுவினது கூட்டங்களில் ஆதரவளிக்கப்பட்டது. ஏகாதிபத்தியப் பிற்போக்கை எதிர்த்துப் போராடுவதற்கு தொழிலாளி வர்க்கத்துக்கும் மக்களின் பிற பகுதிகளுக்கும் இடையே கூட்டணி என்னும் லெனினியப் போதனையின் வளர்ச்சியே மக்கள் முன்னணி என்னும் கருத்து. விரிவான வெகுஜனங்களது கூட்டமைப்பாகிய மக்கள் முன்னணி யானது நேரடியாக வெகுஜனங்களது செயல்களை அடிப்படை யாகக் கொண்டு அமைந்ததாகும். விவாசயிகளுடனும் நகரக் குட்டி முதலாளித்துவப் பகுதியோருடனும் தொழிலாளி வர்க்கம் கூட்டு கொண்டு செயல்படும் தொழிலாளி வர்க்கமே மக்கள் முன்னணியின் தலைமையான சக்தியாகும். மிகவும் நச்சுத் தன்மை வாய்ந்த முதலாளித்துவப் பிற்போக்கு சக்தியான பாசிஸத்தை எதிர்த்தடித்து, வெகுஜனங்களது உரிமைகளைப் பாதுகாத்து விரிவடையச் செய்ய வேண்டுமென்று உழைப்பாளி மக்கள் அனைவரும், ஜனநாய சக்திகள் யாவும் ஆர்வத்தோடு மேற்கொண்ட முயற்சிகளுக்கு மக்கள் முன்னணியின் பிரதான நோக்கங்கள் முற்றிலும் இசைவாக இருந்தன.

முதலாளித்தவ நாடுகளின் கம்யூனிஸ்டுக் கட்சிகள் பலவும் 1935ஆம் ஆண்டின் ஆரம்பம் முதற்கொண்டே மக்கள் முன்னணியை அமைத்திட நடைமுறை முயற்சிகளை மேற்கொண்டு வந்தன. பாசிஸ்டு -எதிர்ப் பாளர்களை ஒன்றுபடுத்துவதில் அனுபவம் பெற்று வந்தன.

இதே காலத்தில் காலனி, சார்பு நாடுகளின் கம்யூனிஸ்டுக் கட்சி களும் புதிய அரசியல் முடிவுகளைத் தேடி ஆராய்ந்து வந்தன. இந்நாடுகளில் இருந்த சூழ்நிலையானது, ஏகாதிபத்திய-எதிர்ப்பு சக்திகள் யாவற்றின் செயல் ஒற்றுமை அவசர அவசியத் தேவை என்பதைப் பறைசாற்றி வந்தது. அப்போது சீனக் கம்யூனிஸ்டுக் கட்சி கடினமான ஒரு காலகட்டத்தைக் கடந்து கொண்டிருந்தது. இடதுசாரி - குறுங்குழுவாதக் கூறுகள் திரும்பவும் கட்சியின் தலைமையைப் பற்றிக் கொண்டு, உண்மை நிலைவரங்களைக் கருதாமலே, உடனடியாக ஆயுதமேந்திப் போராடி நகரங்களைக் கைப்பற்று வதற்கும், கோமிண்டாங் ஆட்சியின் சேனையுடன் நேருக்கு நேர் மோதிப் பொருதுவதற்குமான பாதையில் மீண்டும் கட்சியை இட்டுச் சென்றன. சாகசவாதமும் “இடதுசாரித்” திரிபும், ஜப்பானிய ஏகாதி பத்தியப் படையெடுப்பாளர்களுக்கு எதிராகப் பொதுவான தேசிய முன்னணியை நிறுவுவது அத்தியாவசியமென்பதை உணராத நிலையும், நெளிவுசுளிவில்லாத முரட்டுப் போர்த் தந்திரமும் சீனக் கம்யூனிஸ்டுக் கட்சிக்கு மிகப் பெருந்தீங்கு இழைத்தன. சீனாவின் செஞ்சேனைக்கு ஏற்பட்ட இராணுவத் தோல்விகளுக்கும், விஸ்தாரமான பெரும்

புரப்புகளில் அமைந்த புரட்சித் தளங்களை இழக்க நேர்ந்ததற்கும் இந்தத் தவறுகள் ஒரு காரணமாகும்.

அனைத்து ஏகாதிபத்திய - எதிர்ப்பு, தேசபக்த சக்திகளையும் ஒன்றுபடச் செய்யும் கொள்கையினை வகுத்தமைத்துக் கொள்வதற்குச் சீனக் கம்யூனிஸ்டுக் கட்சிக்குக் கம்யூனிஸ்டு அகிலச் செயற்குழு பெரிய அளவில் உதவியது. சீனக் கம்யூனிஸ்டுக் கட்சி மத்தியக் கமிட்டியும் இடைக்காலத் தொழிலாளர், விவசாயிகளது அரசாங்கமும் வெளி யிட்ட, 1935 ஆகஸ்டு முதல் நாள் வேண்டுகோள் க.அ.செ.கு.-வின் நேரடிப் பங்குடன் தான் வகுக்கப்பட்டது. இது உள்நாட்டுப் பூசல் முடிவு கட்டப்பட வேண்டும், ஜப்பானிய ஏகாதிபத்தியத்துக்கு எதிராய்க் கூட்டாக இராணுவ நடவடிக்கைகளை எடுக்க ஏற்பாடு செய்யப்பட வேண்டும் என்று அறைகூவியது. சீனாவின் ஏகாதிபத்திய-எதிர்ப்பு சக்திகளை ஒன்றுபடச் செய்யும் கொள்கையை நோக்கி மாற்றம் ஏற்பட இந்த வேண்டுகோள் அரும்பெரும் பங்காற்றியது.

காலனி, சார்பு நாடுகள் பலவற்றின் கம்யூனிஸ்டுக் கட்சிகள் ஏகாதிபத்திய - எதிர்ப்புக் கூட்டு முன்னணிக்குப் போராடுவதற்கான கோஷங்களை மீண்டும் வெளியிட்டன. 1934 அக்டோபரில் நடை பெற்ற லத்தீன் அமெரிக்க நாடுகளது கம்யூனிஸ்டுக் கட்சிகளின் மாநாடு, தேசிய-சீர்திருத்தவாத, குட்டி முதலாளித்துவக் கட்சிகள் சம்பந்தமாகப் பழைய போக்கை இன்னமும் முழு அளவுக்குக் கைவிடாமல் பற்றி யொழுகிய போதிலும், ஏகாதிபத்திய ஒடுக்குமுறைக்கு எதிரான பொதுப் போராட்டத்துக்காக இவற்றுடன் உடன்பாடுக்கு வருவது அவசியமென்பதை அங்கீகரித்தது.

பாசிஸத்துக்கும் ஏகாதிபத்தியத்துக்கும் எதிரான போர்களின் மூலம் கம்யூனிஸ்டுக் கட்சிகள் உருவாக்கிக் கொண்ட இந்தக் கொள்கை சமூக - ஜனநாயகத் தொழிலாளர்களை ஈர்க்கலாயிற்று, இவர்களில் பலரும் கம்யூனிஸ்டுகளுடன் சேர்ந்து கூட்டுச் செயல்களை மேற் கொள்ளும் படித் தமது கட்சிகளிடம் கோர முற்பட்டனர். சமூக-ஜனநாயகக் கட்சிகளில் இடதுசாரிப் போக்குகள் கணிசமாக பலமடைந்து வளர்ந்தன. கூட்டுச் செயல்களுக்கான கம்யூனிஸ்டு அகில முன்மொழிவுகளை சோஷலிஸ்டுத் தொழிலாளர் அகிலத்தின் செயற் குழு நிராகரித்தது என்றாலும்கூட, கட்சியணிகளால் நிர்ப்பந்திக்கப் பட்டு, கூட்டு முன்னணி குறித்துக் கம்யூனிஸ்டுக் கட்சிகளுடன் சோஷலிஸ்டு அகிலப் பிரிவுகள் உடன்பாட்டுக்கு வருவதற்கு விதிக்கப் பட்டிருந்த தடையை 1934 இறுதியில் அது நீக்க வேண்டியதாகியது.

பாசிஸ்டு - எதிர்ப்பாளர்கள் எல்லாரும் கூட்டாகச் செயல்களை மேற்கொள்ள வேண்டுமென்று கம்யூனிஸ்டுக் கட்சிகள் பறைசாற்றிய

கருத்து, முற்போக்கு அறிவுத் துறையினரையும் மேலும் மேலும் வலுவாக ஈர்த்து வந்தது.

கம்யூனிஸ்டு அகிலம், அதன் ஏழாவது மாநாட்டை நெருங்கிக் கொண்டிருந்தது; பாசிஸ்டு - எதிர்ப்பாளர்களை ஒன்றுபடச் செய்யும் கொள்கையானது மிகவும் பரவலான வெகுஜனப் பகுதிகள் தமது உரிமைகளையும் சுதந்திரங்களையும் பாதுகாப்பதற்காவும் விரிவு படுத்திக் கொள்வதற்காகவும் மேற்கொண்ட முயற்சிகளுடன் இணைந்து பொருந்தியதை கம்யூனிஸ்டு அகிலம் ஏற்கெனவே காணமுடிந்தது.

1935 ஜூலை-ஆகஸ்டில் மாஸ்கோவில் நடைபெற்ற ஏழாவது மாநாட்டில் 65 கம்யூனிஸ்டுக் கட்சிகளையும் பல சர்வதேச நிறுவனங் களையும் சேர்ந்த பிரதிநிதிகள் கலந்து கொண்டார்கள். இதற்குள் கம்யூனிஸ்டு அகிலத்தில் 31,40,000க்கும் மேற்பட்ட கம்யூனிஸ்டுகள் ஒன்று சேர்ந்திருந்தார்கள், இவர்களில் 7,85,000 பேர் முதலாளித்தவ நாடுகளைச் சேர்ந்தவர்கள்.

"பாசிஸ்டுத் தாக்குதலும் பாசிஸத்துக்கு எதிராய்த் தொழிலாளி வர்க்க ஒற்றுமைக்கான போராட்டத்தில் கம்யூனிஸ்டு அகிலத்தின் பணிகளும்" என்பது குறித்து கியார்கி திமித்ரோவ் நிகழ்த்திய உரை தான் ஏழாவது மாநாடு நிகழ்ச்சி நிரலின் மையக் கூறாகத் திகழ்ந்தது. உலக நிலைமையை மதிப்பீடு செய்கையில் திமித்ரோவ், "முதலாளித் துவத்தின் பொது நெருக்கடி ஆழமாகியும் உழைப்பாளி வெகுஜனங் களின் புரட்சி மனப்பான்மை வளர்ந்து வரும் நிலைமைகளில், ஆளும் முதலாளித்துவ வர்க்கம் கடைத்தேறும் வழியை மேலும் மேலும் பாசிஸத்தில் காண விழைகிறது, அதன் நோக்கம் உழைப்பாளிகளுக்கு எதிராய் வரம்பு கடந்த கொடூர நடவடிக்கைகளை எடுப்பதும், ஏகாதிபத்தியக் கொள்ளைக்கார யுத்தத்துக்குத் தயார் செய்வதும்..."[1] புரட்சியைத் தடுத்து நிறுத்துவதும் ஆகுமெனக் குறிப்பிட்டார். ஜெர்மன் பாசிஸம் தான் சர்வதேச எதிர்ப்புரட்சியின் இரும்புக் கவசக் கரமென்றும், அதுவே உலக பாசிஸ்டுப் பிற்போக்கின் முதன்மை சக்தியும், மற்றொரு ஏகாதிபத்திய யுத்தத்தின் பிரதான தீ மூட்டியும், சோவியத் யூனியனது ஜென்மப் பகையும் ஆகுமென்றும் இந்த உரை வலியுறுத்தியது.

பாசிஸம் அதிகாரத்துக்கு வருவது "ஒரு முதலாளித்துவ அரசாங்கம் போய் இன்னொன்று வரும் வழக்கமான நிகழ்ச்சியல்ல, முதலாளித்துவ வர்க்க ஆதிக்கத்தின் ஓர் அரசு வடிவமாகிய முதலாளித்துவ ஜன நாயகத்தை நீக்கி விட்டு அதனிடத்தில் மற்றொரு வடிவமாகிய பகிரங்கமான பயங்கரவாதச் சர்வாதிகாரம் அமர்ந்து கொள்ளும்

மாற்றத்தைக்"[2] குறிப்பதாகுமென்று இந்த மாநாடு முடிவு செய்தது. இந்த முடிவு அடிப்படை முக்கியத்துவம் வாய்ந்ததாகும். பாசிஸமானது முதலாளித்துவ ஜனநாயகத்திலிருந்து மிகப் பெருமளவுக்குப் பின்னோக்கிச் செல்வதைக் குறித்தது.

பாசிஸ்டு - எதிர்ப்பு, பொது ஜனநாயகப் பணிகள்தான், முதலாளித்துவ நாடுகளது அனைத்து உழைப்பாளி மக்களுக்கும் முன்னுள்ள பிரதான வேலையென்று, இந்தப் பணிகளைச் செய்து முடிப்பதுதான் முன்செல்வதற்குரிய வழியாகுமென்றும் இந்த மாநாடு தெளிவாக எடுத்துரைத்தது. பாசிஸத்தை எதிர்ப்பது சோவியத் யூனியனும் புரட்சிகரத் தொழிலாளர்கள் மட்டுமல்ல, சோஷலிசத்தின் ஆதரவாளர்களான அரசியல் உணர்வு படைத்த உழைப்பாளி மக்கள் மட்டுமல்ல, மிருகத்தனமாக வன்முறையையும் யுத்தத்தையும் எதிர்த்து ஜனநாயகத்துக்காகவும் சமாதானத்துக்காவும் நிற்போர் அனைவருமே பாசிஸத்துக்கு எதிரானவர்களாவர்.

பாசிஸத்துக்கு எதிராகப் புரட்சிகர, ஜனநாயக சக்திகள் யாவற்றையும் ஒருசேர இணைப்பதே கம்யூனிஸ்டுக் கட்சிகளுக்கு ஏழாவது மாநாட்டில் வகுத்தளிக்கப்பட்ட பிரதான பணி. தொழிலாளர்களது கூட்டு முன்னணி கட்டியமைக்கப்படுவதற்கு இம்மாநாடு மிகுந்த முக்கியத்துவம் அளித்தது. பாசிஸத்தால் அதிகாரத்துக்கு வரமுடிந்ததற்குத் தலையாய காரணம், திமித்ரோவ் வலியுறுத்திக் கூறியது போல, சமூக-ஜனநாயகத் தலைவர்களது வர்க்க ஒத்துழைப்புக் கொள்கையின் விளைவாகத் தொழிலாளி வர்க்கம், "முதலாளித்துவ வர்க்கத்தினது தாக்குதலின் முன்னால் பிளவுபட்டு, அரசியல் வழியிலும் நிறுவன வழியிலும் நிராயுதபாணியாக நிற்கும்படி நேர்ந்ததுதான். மறுபுறத்தில் கம்யூனிஸ்டுக் கட்சிகள், சமூக-ஜனநாயக வாதிகளிட மிருந்து தனித்தும் அவர்களுக்கு எதிராகவும் செயல்பட்டு, வெகு ஜனங்களைத் தட்டியெழுப்புவதற்கும் பாசிஸத்தை எதிர்த்துத் தீர்மானகரமாக போராட்டத்தில் அவர்களுக்குத் தலைமை தாங்கி அழைத்துச் செல்வதற்கும் போதிய அளவு பலம் படைத்தனவாய் இருக்கவில்லை."[3]

"தேச அளவிலும் சர்வதேச அளவிலுமான பாட்டாளி வர்க்கச் செயல் ஒற்றுமையானது சக்திமிக்க ஆயுதமாகும்; பாசிஸத்திடமிருந்து, வர்க்கப் பகைவனிடமிருந்து வெற்றிகரமாகத் தற்காத்துக் கொள்வதற்கு மட்டுமின்றி, வெற்றிகரமாய் எதிர்த் தாக்குதல் நடத்துவதற்கும் இந்த ஆயுதம் தொழிலாளி வர்க்கத்தை வல்லமை வாய்ந்ததாக்குகிறது"[4] என்று இந்த உரை குறிப்பிட்டது. தொழிலாளர்களது கூட்டு முன்னணிக்காக பிரான்சிலும் ஸ்பெயினிலும் பிற நாடுகளிலும்

கம்யூனிஸ்டுக் கட்சிகள் நடத்திய போராட்டத்தின் புதிய அனுபவத்தை மதிப்பீடு செய்த ஏழாவது மாநாடு, பாசிஸத்துக்கு எதிரான பொது ஜனநாயக முழக்கங்களை மையமாகக் கொண்டு இம்மாதிரியான ஒரு கூட்டு முன்னணியை வெற்றிகரமாகக் கட்டியமைக்க முடியுமென் பதைத் தெளிவுபடுத்தியது.

தொழிலாளர் கூட்டு முன்னணிக் கொள்கையின் உள்ளடக்கமே இவ்விதம் மாற்றமடைந்தது. நேரடியாக சோஷலிசப் புரட்சிக்குத் தயார் செய்யும் பொருட்டுத் தொழிலாளி வர்க்கத்தில் பெரும் பான்மையை ஈர்த்திடுவதே முன்பு இக்கொள்கையின் நோக்கமாக இருந்தது, ஆனால் இப்போது யாவற்றுக்கும் முதலாய்ப் பாசிஸத்தை எதிர்த்துப் போராடுவதே இதன் உள்ளடக்கமாய் அமைந்தது. லெனினது நேரடிப் பங்களிப்புடன் 1921-23ல் வகுத்து உருவாக்கப் பட்ட தொழிலாளர் கூட்டு முன்னணிக் கொள்கையானது, ஏழாவது மாநாட்டு தீர்மானங்களில் மேலும் வளர்த்துச் செழுமையாக்கப் பட்டது.

தொழிலாளர் கூட்டு முன்னணியை அமைத்திடுவதில் வெற்றி யானது முதலாவதாகவும் முக்கியமாகவும் கம்யூனிஸ்டுகளுக்கும் சமூக - ஜனநாயகவாதிகளுக்கும் இடையில் நிலவும் உறவுகளையே பொறுத்திருந்தது. சமூக-ஜனநாயகக் கட்சிகளில் பாசிஸ்டு-எதிர்ப்பு உணர்ச்சி வளர்ந்து வந்ததைக் கணக்கில் எடுத்துக் கொண்ட ஏழாவது மாநாடு, பாசிஸத்தை எதிர்த்து சமூக - ஜனநாயகத்துடன் கூட்டு முன்னணிக்காக எல்லா மட்டங்களிலும் - ஆலைகளிலும் நகரங் களிலும் தேச அளவிலும் அகிலங்களது மட்டத்திலும்-பாடுபடும்படிக் கம்யூனிஸ்டுக் கட்சிகளை வற்புறுத்தியது.

தொழிற்சங்க ஒற்றுமை பற்றிய பிரச்சினையும் ஒரு புதிய முறையில் எடுத்துரைக்கப்பட்டது. “தொழிற்கிளைகளின் அளவிலும் தேச அளவிலும் தொழிற்சங்கங்களது ஒற்றுமை சாதிக்கப்படுவதற்காகக் காரிய சாத்தியமான நடவடிக்கைகள் யாவற்றையும் எடுத்துக் கொள்வதும்,” “மூலதனத்தின், பாசிஸத்தின் தாக்குதலுக்கு எதிராய்த் தொழிலாளி வர்க்கத்தின் பிரதான காப்பரண்களில் ஒன்றாகத் தொழிற் சங்கங்களது வர்க்க ஒற்றுமைக்காக ஒவ்வொரு நாட்டிலும் மற்றும் சர்வதேச அளவிலும்”[5] பாடுபடுவதும் கம்யூனிஸ்டுகளுக்குரிய கடமை யாகுமென இந்த மாநாடு அறிவித்தது. இன்னமும் வெகுஜன நிறுவனங் களாய் வளராத நிலையில் இருந்த புரட்சிகரத் தொழிற்சங்கங்களைச் சீர்திருத்தவாதத் தொழிற்சங்கங்களில் சேர்ந்து கொள்ளும்படியும், புரட்சிகர வெகுஜனத் தொழிற்சங்கங்களைச் சீர்திருத்தவாத வெகுஜனத் தொழிற்சங்கங்களுடன் சமத்துவ அடிப்படையில் ஒற்றுமையை

நாடும்படியும் ஏழாவது மாநாடு ஆலோசனை கூறியது. இப்படிச் செய்கையில் கம்யூனிஸ்டுகள் பின்வரும் இரண்டே இரண்டு நிபந்தனை களை முன்வைத்தனர்: பாட்டாளி வர்க்கத்தின் நலன்களுக்காக வர்க்கப் போராட்டம் நடத்தப்பட வேண்டும்; தொழிற்சங்கங்களுள் ஜனநாயகம் அனுசரிக்கப்பட வேண்டும்.

ஏழாவது மாநாடு அரசியல் ஒற்றுமையை அடைவதற்கான, அதாவது அந்தந்த நாட்டிலும் தொழிலாளி வர்க்கத்தின் ஒன்றுபட்ட வெகுஜன அரசியல் கட்சியை அமைப்பதற்கான சாத்தியப்பாடு பற்றிய பிரச்சினையையும் எழுப்பியது. இம்மாதிரியான ஒற்றுமை மார்க்சிய-லெனினிய அடிப்படையில் மட்டுமே அமைக்கப்பட முடியும். இந்த ஒற்றுமைக்குரிய நிபந்தனைகளை இம்மாநாட்டின் தீர்மானங்கள் எடுத்துரைத்தன, அவை வருமாறு: சமூக-ஜனநாயம் முதலாளித்துவ வர்க்கத்துடன் கொண்டுள்ள கூட்டு உடைக்கப்பட்டு, முதலாளித்துவ வர்க்கத்தைச் சார்ந்திருத்தல் அறவே இல்லாதொழிதல்; செயல் ஒற்றுமை ஏற்கெனவே சாதிக்கப் பெறுதல்; முதலாளித்துவ வர்க்கம் புரட்சிகரமாக வீழ்த்தப்படுவதும் பாட்டாளி வர்க்கச் சர்வாதிகாரம் நிறுவப்படுதலும் அவசியமென்பது அங்கீகரிக்கப்படுதல்; ஏகாதிபத்திய யுத்தத்தில் சொந்த நாட்டு முதலாளித்துவ வர்க்கத்தை ஆதரிக்க மறுத்தல்; ஜனநாயக மத்தியத்துவத்தின் அடிப்படையில் கட்சியின் நிறுவன ஒழுங்கமைப்பு. வருங்கால ஐக்கியத் தொழிலாளர் கட்சிகளது புரட்சிகர வடிவை இந்த நிபந்தனைகள் நிர்ணயிக்கலாயின.

பாசிஸ்டு - எதிர்ப்பு சக்திகள் யாவற்றையும் ஒன்று திரட்டும் பணியுடன் பிரிக்க முடியாத பிணைப்பு கொண்ட முறையில் பாட்டாளி வர்க்க ஒற்றுமைக் கொள்கையை இம்மாநாடு பரிசீலனை செய்தது. பாட்டாளி வர்க்கத்தின் விரிவான கூட்டணிகளையும், சோஷலிசப் போராட்டத்துடன் ஒருசேர இணைந்த பகுதியாக அமையும் ஜனநாயப் போராட்டத்தையும் பற்றிய லெனினிய போதனையை வளர்த்து இந்த மாநாடு, மக்கள் முன்னணிக் கொள்கையைத் தெளிவு பட நிலைநாட்டியது. ஜனநாயகப் போராட்டத்தின் வாயிலாகப் பாசிஸத்தைத் தோற்கடிக்கவும், மூலதனத்தின் அதிகாரத்துக்கு வரம்பிடவும், தொடர்ந்து சோஷலிசத்துக்காகப் போராடுவதற்குச் சாதகமான பூர்வாங்க நிலைமைகளைத் தோற்றுவிக்கவும் முடியு மென்ற கருத்தின் அடிப்படையில் அமைந்ததே மக்கள் முன்னணிக் கொள்கை. நாட்டு மக்களின் மிகப் பெருவாரியானோர் - பாட்டாளி வர்க்கத்தினர், விவசாயிகள், நகரக் குட்டிமுதலாளித்துவப் பகுதியினர், கைவினைஞர்கள், உழைக்கும் அறிவுத்துறையினர் ஆகிய மிகப் பெருவாரியானோர் - பாசிஸ்டு எதிர்ப்பு, பொது ஜனநாயகப்

போராட்டத்தில் ஒன்றுபட்டுச் செயல்படுவது சாத்தியமே என்ற முக்கிய தத்துவார்த்த முடிவை இம்மாநாடு வந்தடைந்தது. தொழிலாளி வர்க்கமானது ஜனநாய சக்திகளின் கோரிக்கைகளுக்கு ஆதரவாக - பாட்டாளி வர்க்க நலன்களுக்கு முரணாயிராத எல்லாக் கோரிக்கை களுக்கும் ஆதரவாக - முழுமூச்சுடன் முயற்சிகளை மேற்கொள்வதன் மூலம் தான் மக்கள் முன்னணியினுள் இந்த ஜனநாயக சக்திகளை ஈர்த்திட முடியுமென்று இந்த மாநாட்டில் எடுத்துரைக்கப்பட்டது.

மக்கள் முன்னணியானது, தொழிலாளி வர்க்கம் பொதுவான ஜனநாயக, பாசிஸ்டு - எதிர்ப்பு நோக்கங்களுக்கான போராட்டத்தில் தலைமைப் பங்காற்றி, அரசியல் நிகழ்ச்சிகளது வளர்ச்சிப் போக்கின் மீது தீர்மானகரமான செல்வாக்கு செலுத்தும் சக்தியாக மேலும் மேலும் வளர முடியும்படியான கூட்டணியின் ஒரு வடிவமாகுமென்பதைக் கம்யூனிஸ்டு இயக்கம் கண்டு கொண்டது.

மக்கள் முன்னணியில் ஒன்றுபட்ட மக்கள் பெருந்திரளினர் முரணின்றிப் போராடுவதன் மூலம் தக்கதோர் சூழ்நிலை வந்தடையப் பெறும், இயக்கத்தினது எழுச்சியின் விளைவாய் அப்போது பழைய பிற்போக்குவாத அரசாங்கம் அகற்றப்பட்டு, தொழிலாளர்களது கூட்டு முன்னணி அல்லது பாசிஸ்டு - எதிர்ப்புக் கூட்டு முன்னணி அரசாங்கத்தை நிறுவும் பிரச்சினை எழும். மக்கள் முன்னணி அரசாங்கத்துக்கான கோஷத்தை நிலைநாட்டுகையில் ஏழாவது மாநாடு, கம்யூனிஸ்டு அகிலத்தின் மூன்றாவது, நான்காவது மாநாடுகளில் லெனினது பங்குடன் வகுக்கப்பெற்ற முடிவுகளை, "தொழிலாளர்கள், விவசாயி களது அரசாங்கத்துக்கான" முழக்கத்தை ஆதாரமாகக் கொண்டது. அந்நாட்களது "பிரச்சினை... இன்று நாம் விவாதிக்கும் பிரச்சினைக்கு ஏறத்தாழ ஒப்பானதாக இருந்தது"[6] என்று ஏழாவது மாநாட்டில் திமித்ரோவ் கூறினார்.

பாசிஸத்தையும் பிற்போக்கையும் தோற்கடிப்பதும், ஏகபோகங் களது அதிகாரத்துக்கு வரம்பிடுவதும், தொழிலாளி வர்க்கத்தின், ஏனைய எல்லா உழைப்பாளி மக்களது நிலைகளை பலப்படுத்துவதும் தான் எல்லாச் சந்தர்ப்பங்களிலும் மக்கள் முன்னணிஅரசாங்கம் ஆற்ற வேண்டிய பணிகள். வர்க்க சக்திகளது பரஸ்பர நிலைக்கு ஏற்ப, இந்த அரசாங்கம் பாட்டாளி வர்க்கச் சர்வாதிகாரத்துக்கான இடைக் கட்டத்துக்குரிய அரசாங்கத்தின் பாத்திரமும் உட்பட வெவ்வேறு பாத்திரங்களை ஏற்று நிறைவேற்ற முடியும். மக்கள் முன்னணி அரசாங்கத்துக்கு எல்லா விதத்திலும் ஆதரவளிப்பது கம்யூனிஸ்டு களுக்குரிய கடமையாகுமென இம்மாநாடு குறிப்பிட்டது. பாட்டாளி வர்க்கச் சர்வாதிகாரமாய் இல்லாவிட்டாலும், பிற்போக்கையும்

பாசிஸத்தையும் எதிர்த்துப் போராடுபவையாக இருக்கும் அரசாங்க உறுப்புகளில் கம்யூனிஸ்டுகள் பங்கெடுத்துக் கொள்வதும் குறிப்பிட்ட நிலைமைகளில் விரும்பத்தக்கதாகுமெனக் கருதப்பட்டது. ஆழ்நிலையிலான ஜனநாயகச் சீர்திருத்தங்களுக்காக மக்கள் முன்னணி அரசாங்கத்திலும் நாடாளுமன்றத்திலும் பொறுப்பேற்கவும் கம்யூனிஸ்டுகள் தயாராக இருக்க வேண்டும். இது, பொதுவான ஜனநாயகப் போராட்டத்தின் நிலைமைகளில் நாடாளுமன்ற அமைப்பு குறித்துக் கம்யூனிஸ்டுக் கட்சிகள் ஏற்ற ஒரு புதிய போக்காகும்.

தொழிலாளர்களது கூட்டு முன்னணி, பாசிஸ்டு-எதிர்ப்பு மக்கள் முன்னணிக் கொள்கை பொதுவான ஜனநாயகப் பணிகளையே முன்வைத்ததென்பதால், சோஷலிசக் குறிக்கோள்கள் நீண்ட காலத்துக்கு ஒத்திப் போடப்பட்டதாக அர்த்தமல்ல, மாறாக, சோஷலிசப் போராட்டத்தினுள் மக்கள் பெருந்திரளினரை ஈர்த்திடும் பாதை, தொழிலாளர்களது கூட்டு முன்னணியின், மக்கள் முன்னணியின் வழியே சென்றதென்பதே இதன் அர்த்தம். முதலாளித்துவ நாடுகளில் புரட்சியின் நிகழ்ச்சிப் போக்கை வளர்த்திட இவ்விதம் புதிய பாதைகள் திறக்கப்பட்டன: பாசிஸ்டு - எதிர்ப்பின், பொது ஜனநாயகப் போராட்டத்தின் மூலம் ஜனநாயகத்தின் வெற்றிக்கும், சோஷலிசப் புரட்சிக்குரிய முன்னிபந்தனைகள் தோற்றுவிக்கப்படுவதற்கும் இட்டுச் செல்லும் பாதைகள் அவை. இதுவே தான் மக்கள் முன்னணிக் கொள்கையின் பிரதான உட்பொருளும் நோக்கமும்.

தேசவிடுதலை இயக்கம் குறித்து கம்யூனிஸ்டு அகிலத்தின் ஏழாவது மாநாடு வந்தடைந்த முடிவுகள் மகத்தான முக்கியத்துவம் வாய்ந்தவை. காலனி நாடுகளில் புரட்சியானது முதலாளித்துவ - ஜனநாயகப் புரட்சியே ஆகும், விரைவில் இது சோஷலிசப் புரட்சியாக வளர்ந்திடும் என்பதாகக் கூறிய இடதுசாரிக் கருத்துகளை ஏழாவது மாநாடு நிராகரித்தது.

மிகப் பெரும்பாலான காலனிகளிலும் அரைக் காலனிகளிலும் ஏகாதிபத்திய ஒடுக்கு முறையைத் தனது தாக்குதலின் இலக்காகக் கொண்டுள்ள தேசவிடுதலைப் போராட்டம் தவிர்க்க முடியாதவாறு மெய்யான மக்கள் புரட்சியின் முதற் கட்டமாய் அமையுமென அது எடுத்துரைத்தது.

ஏகாதிபத்திய- எதிர்ப்புக் கூட்டு முன்னணியை உருப்பெறச் செய்வதே காலனிகளிலும் சார்பு நாடுகளிலுமுள்ள கம்யூனிஸ்டுகளுக்கு ஏழாவது மாநாடு வகுத்தளித்த தலையாய பணி. தேசிய முதலாளித்துவ வர்க்கத்தை முற்றும் ஏகாதிபத்திய ஆதரவாளனாகக் கருதியோரை

மாநாடு கடுமையாய்க் கண்டன விமர்சனம் செய்தது. பாட்டாளி வர்க்கத்துக்கும், அடிமைப்படுத்தப்பட்ட நாடுகளில் தேச மக்களது பெரும்பான்மைப் பகுதியாகிய விவசாயிகளுக்கும் இடையிலான கூட்டணி, ஏகாதிபத்திய-எதிர்ப்பு முன்னணியை அமைத்திடுவதற்குத் தனிப்பெரும் முக்கியத்துவம் வாய்ந்தது.

அடிமைப்படுத்தப்பட்ட நாடுகளின் மக்களது தேச விடுதலை இயக்கங்களுக்கும் சர்வதேசத் தொழிலாளி வர்க்கத்துக்கும் இடையிலான கூட்டணியின் கருத்தை இந்த மாநாடு அழுத்தம் திருத்தமாக எடுத்துரைத்து வலியுறுத்தியது. பாசிஸத்தையும் ஏகாதிபத்தியத்தையும் தோற்கடிப்பதிலும் உலக யுத்தத்தைத் தடுப்பதிலும் சர்வதேசத் தொழிலாளி வர்க்க இயக்கத்துக்கும் தேச விடுதலைப் போராட்டத்துக்கு முள்ள பொது நாட்டமானது இவை இரண்டுக்கும் இடையே மிகவும் நெருக்கமான ஒற்றுமைக்கு வேண்டிய ஆதாரங்களை அளித்திட்டது. உலகின் புரட்சிகர சக்திகள் யாவற்றையும் ஒன்றுதிரட்டுவதற்கு மிகுந்த முக்கியத்துவம் அளித்த இந்த மாநாடு, "ஒடுக்கப்பட்ட காலனி, அரைக்காலனி நாடுகளது மக்களின் தேசவிடுதலைப் போராட்டத்துக்கு செயல் முனைப்புள்ள ஆதரவளித்தல்"[7] கம்யூனிஸ்டுக் கட்சிகளுக்குரிய கடமையாகுமெனப் பறைசாற்றியது.

மற்றொரு உலக யுத்த அபாயத்தையும் சோவியத் - எதிர்ப்புத் தலையீட்டு அபாயத்தையும் எதிர்த்து, சமாதானத்துக்கான போராட்டம் குறித்து பால்மிரோ தல்யாத்தி நிகழ்த்திய உரை, ஏழாவது மாநாட்டின் நிகழ்ச்சிகளில் முக்கிய இடம் வகித்தது. இந்த உரையின் முக்கிய பிரச்சினைகளை வகுத்திடுவதில் சோவியத் யூனியன் கம்யூனிஸ்டுக் கட்சித் தலைவர்கள் முன்னிலைப் பங்கெடுத்துக் கொண்டனர். பயங்கர யுத்த அபாயம் மூண்டெழுந்துவந்ததைச் சுட்டிக்காட்டி, ஏழாவது மாநாடு "சமாதானத்துக்காகப் போராடுவோம்! - இதுவே கம்யூனிஸ்டுக் கட்சிகளது **மைய முழக்கமாக** இருத்தல் வேண்டும்"[8] என்று வைராக்கியமான முறையில் வலியுறுத்தியது. சமாதானத் துக்கான, யுத்தத்தைத் தடுப்பதற்கான போராட்டம், புரட்சி சக்திகளை வலிமையுறச் செய்வதற்கு அவசியமெனக் கம்யூனிஸ்டுகள் கருதினர்.

சமாதானப் போராட்டத்தின் முக்கியத்துவத்தைக் குறித்து மதிப்பிட்ட இடதுசாரி சந்தர்ப்பவாதக் கருத்துகளையும், புரட்சிக்கு வழி கோலக்கூடியது யுத்தம் ஒன்றேதான் என்பதாகச் சாதித்த இடதுசாரி - திரோத்ஸ்கி கருத்துக்களையும் இந்த மாநாடு எதிர்த்துக் குரல் எழுப்பியது. "கம்யூனிஸ்டுகள் யுத்தத்தை விரும்புகிறவர்கள், யுத்தத்தைத் தமது நம்பிக்கைகளுக்கு ஆதாரமாகக் கொண்டுள்ளவர்கள், புரட்சிக்காக, ஆட்சியதிகாரம் பெறுவதற்காகப் போராடுவதற்குச்

சாத்தியமான சூழ்நிலையை யுத்தத்தால் மட்டுமே உண்டாக்க முடியுமெனக் கொள்கிறார்கள்"[9] என்று சாதிக்கும் அவதூறான கூற்றுகளை இந்த உரை மறுத்தது.

யுத்தம் தவிர்க்க முடியாதது என்ற ஊழ்வலிக் கருத்தினை இந்த மாநாடு நிராகரித்தது; உலகில் வர்க்க சக்திகளது சமநிலை மாறிவிட்டதைத் தொடர்ந்து, சோவியத் யூனியனது அரசியல், பொருளாதார, இராணுவ வலிமையின் வளர்ச்சியையும் உலகப் புரட்சி இயக்கத்தின் ஏனைய படைப்பிரிவுகளது பலத்தின் பெருக்கத்தையும் தொடர்ந்து சமாதானப் போராட்டத்துக்குத் தோன்றிய புதிய சாத்தியக்கூறுகளை அது எடுத்துரைத்தது.

யுத்தத்தைக் கட்டவிழ்த்துவிடுவதில் எல்லா முதலாளித்துவ நாடுகளுக்கும் சமத்துவப் பொறுப்பு உண்டென்ற ஆய்வுரையை இம்மாநாடு நிராகரித்து, பாசிஸ்டு யுத்தத் தயாரிப்பாளர்களான ஜெர்மனியையும் ஜப்பானையும் இத்தாலியையும் தனது பிரதான தாக்குதலுக்கான இலக்காகக் கொண்டது.

பாசிஸ்டு ஆக்கிரமிப்பு சோவியத் யூனியனை மட்டுமின்றி ஏனைய நாடுகளையும் அச்சுறுத்திய நிலைமைகளில், ஐரோப்பாவில் பாசிஸ்டு ஆக்கிரமிப்பாளனுக்கு எதிராய்த் தேசவிடுதலை யுத்தங்கள் சாத்தியமே என்பது இம்மாநாடு வந்தடைந்த ஒரு முக்கிய முடிவாகும். அப்போது, பாட்டாளி வர்க்கமும் கம்யூனிஸ்டுக் கட்சிகளும் தமது நாட்டின் தேச சுதந்திரத்தை முழு முனைப்புடன் பாதுகாத்தாக வேண்டும். பாட்டாளி வர்க்கம் தேசவிடுதலை போராட்டத்தில் நாட்டின் பாதுகாப்பினைத் திறம்படவும் நெகிழ்வாகவும் உழைப்பாளி வெகுஜனங்களது வர்க்க ஆவல்களின் பாதுகாப்புடன் இணைத்துச் சேர்த்திட வேண்டும். ஆட்சியை ஜனநாயக மயமாக்குவதற்காகவும் முக்கியமாய் இராணுவத்தை ஜனநாயகமயமாக்குவதற்காகவும் பாடுபடவேண்டும், முதலாளித்துவ வர்க்கத்தாரின் சரணடையும் போக்குகளை நசுக்க வேண்டும்.

மிகவும் பரந்தமைந்த சமாதான முன்னணியைக் கட்டியமைக்கும் பிரச்சினையை ஏழாவது மாநாடு எழுப்பியது, தொழிலாளி வர்க்கமும் எல்லா உழைப்பாளி, ஜனநாயகப் பகுதிகளும் மட்டுமின்றி பாசிஸ்டு ஆக்கிரமிப்பால் அச்சுறுத்தப்பட்ட எல்லா நாடுகளுங்கூட அடங்கலாய் இந்த முன்னணியை அமைக்க வேண்டும் என்றது. யுத்தத்தை எதிர்த்துப் போராட மெய்யாகவே தயாராயிருக்கும் எல்லா சாத்வீகவாதிகளையும் இந்த முன்னணியில் சேரும்படிக் கம்யூனிஸ்டுகள் அழைப்பு விடுத்தனர்.

ஏழாவது மாநாட்டில் டி. மனூயீல்ஸ்கி நிகழ்த்திய உரை, சோவியத் யூனியனில் சோஷலிசக் கட்டுமானம் குறித்துத் தொகுத்துக் கூறியது.

சோவியத் யூனியனில் சோஷலிசத்தின் வெற்றியும் சோஷலிசத் தொழில் மயமாக்கமும் மனிதகுல வரலாற்றின் இனி வரும் போக்கு அனைத்தின் மீதும் சோஷலிசத்தின் ஆழ்ந்த செல்வாக்குக்குரிய மூலதாரங்களாகு மென்று மாநாட்டு பிரதிநிதிகள் குறிப்பிட்டனர். சோவியத் யூனியனது மாபெரும் சாதனைகளை ஆதாரமாகக் கொண்டு உலகின் உழைப் பாளி மக்கள் பாசிஸ்டுத் தாக்குதலையும் ஏகாதிபத்தியப் பிற்போக் கையும் யுத்தத்தையும் எதிர்த்து முன்னிலும் கூடுதலான திட நம்பிக் கையுடன், வெற்றிகரமாகப் போராட முடியும். சோவியத் யூனியனில் சோஷலிசத்தின் வெற்றியானது, "உலக அளவில் சக்திகளது பரஸ்பர நிலையில் சோஷலிசத்துக்குச் சாதகமாகவும் முதலாளித்துவத்துக்குப் பாதகமாகவும் ஏற்பட்ட ஒரு பெரிய, புதிய மாற்றத்தைக்"[10] குறித்த தென்றும், சோவியத் யூனியனானது உலக அரசியலின் மீது செல்வாக்கு செலுத்தும் மாபெரும் அரசியல், பொருளாதார, கலாசார சக்தியாகவும் ஏகாதிபத்தியப் பிற்போக்கையும் பாசிஸத்தையும் யுத்தத்தையும் எதிர்த்துப் போராடும் எல்லா சக்திகளுக்கும் கவர்ச்சி மையமாகவும் வளர்ந்துவிட்டதென்றும் இம்மாநாட்டின் தீர்மானம் ஒன்று குறிப்பிட்டது.

"சோவியத் யூனியனைப் பலப்படுத்தவும், சோவியத் யூனியனது பகைவர்களை எதிர்த்துப் போராடவும் தமது சக்தி அனைத்தையும் கொண்டு எல்லா வழிகளிலும் உதவுவது"[11] சர்வதேசத் தொழிலாளி வர்க்கத்துக்கும் எல்லாக் கம்யூனிஸ்டுக் கட்சிகளுக்குமுரிய கடமையாகு மென்று இந்த மாநாடு வலியுறுத்தியது.

கம்யூனிஸ்டு அகிலத்தின் செயற்குழு அதன் செயற்பாட்டில் மூலத்தானத்தை உலகத் தொழிலாளி வர்க்கத்தின் அடிப்படை அரசியல், போர்த்தந்திரக் கோட்பாடுகளை வகுத்திடுவதற்கு மாற்றிக் கொள்ள வேண்டுமென்றும், "பொதுவாகக் கம்யூனிஸ்டுக் கட்சிகளது உள் நிறுவன விவகாரங்களில் நேரடியாகத் தலையிடுவதைத் தவிர்த்துக் கொள்ள"[12] வேண்டுமென்று நிறுவன விவகாரங்களைப் பற்றிய முக்கிய தீர்மானங்களில் இந்த மாநாடு ஆலோசனை கூறியது. இவ்விதம் கம்யூனிஸ்டு அகிலம் கம்யூனிஸ்டுக் கட்சிகளது முன்முயற்சியினை ஊக்குவித்தது; இக்கட்சிகள் பொதுவான சர்வதேசியக் குறிக்கோள் களைப் பற்றுறுதியுடன் அனுசரிக்கும் அதே நேரத்தில் தத்தமது நாடுகளின் பிரத்தியேக நிலைமைகளையும் மேலும் முழுமையாகக் கணக்கில் எடுத்துக் கொள்வதற்கு அவற்றுக்கு உதவியது.

ஏழாவது மாநாடு கம்யூனிஸ்டு அகிலத்தின் வரலாற்றிலும் கொள் கையிலும் ஒரு திருப்பு முனையைக் குறித்தது. எதார்த்தத்தை ஆழ்ந்த மார்க்சிய - லெனினிய வழியில் பகுத்தாய்வதன் அடிப்படையிலும்,

வர்க்கப் போராட்டத்தின் அனுபவத்தைப் பொதுமைப்படுத்துவதன் அடிப்படையிலும் இந்த மாநாடு, பாசிஸ்டு - எதிர்ப்பு, பொது ஜனநாயகப் பணிகளை நிறைவேற்றக்கூடிய தொழிலாளர்களது கூட்டு முன்னணிக்கும் விரிவான மக்கள் முன்னணிக்குமான கொள்கையை, இதனால் புரட்சிப் போராட்டத்தின் சோஷலிசக் கட்டத்தை நோக்கி முன்னேறுவதற்கு விரிவான வாய்ப்புகளுக்கு வழியமைக்கும் கொள் கையை விவரமாக வகுத்தமைத்துக் கொடுத்தது. இது புதிய போர்த் தந்திரமாக மட்டுமின்றி, உலகில் வர்க்க சக்திகளது பரஸ்பர நிலையில் ஏற்பட்ட மாற்றத்துக்கு உகந்தவாறு அமைந்த ஆதாரநெறியாகவும் விளங்கியது. இந்த மாநாடு மார்க்சிய-லெனினியத் தத்துவத்தைச் செழுமை செய்தது, கம்யூனிஸ்டு இயக்கத்தை சித்தாந்த வழியில் ஒரு புதிய கட்டத்துக்கு உயர்த்தியது, பாசிஸத்துக்கும் யுத்தத்துக்கும் எதிரான போராட்டத்தின் வளர்ச்சி வாய்ப்புகள் பற்றிய தெளிவான உணர்வு பெற வைத்தது. கம்யூனிஸ்டுக் கட்சிகளின் ஊழியர்களுக்கு இந்த மாநாடு ஒரு சித்தாந்த, தத்துவப் பயிற்சிப் பள்ளியாக அமைந்தது.

கம்யூனிஸ்டு அகிலத்தின் ஏழாவது மாநாடு வகுத்தளித்த அரசியல் நெறியமைவு, கம்யூனிஸ்டுக் கட்சிகளைப் பிற்போக்கையும் பாசிஸத் தையும் யுத்தத்தையும் எதிர்த்தடிப்பதற்காக வெகுஜனங்களை ஒன்று திரட்டும் வல்லமை பெறச் செய்தது. 1935க்கும் 1937க்கும் இடைப்பட்ட ஆண்டுகள் சர்வதேசத் தொழிலாளி வர்க்க இயக்கமும் ஜனநாயக இயக்கமும் வெகுவாய் முன்னேறக் கண்டன. தொழிலாளி வர்க்கத்தின், ஏனைய உழைப்பாளி மக்களின் செயல் ஒற்றுமை உறுதியடைந்த தானது இந்த முன்னேற்றத்தின் பிரதானமான ஓர் அம்சமாகும்.

தொழிலாளர் கூட்டு முன்னணிக்கும் மக்கள் முன்னணிக்குமான கொள்கையின் மூலம் பிரான்சிலும் ஸ்பெயினிலும் பிற நாடுகளிலும் உழைப்பாளி மக்கள் குறிப்பிடத்தக்க ஆதாயங்கள் பெற்றுக் கொண்டனர். முக்கியமாய் பிரான்சில் இந்த ஆதாயங்கள் பிரமாதமாய் இருந்தன. 1936 வசந்த காலத்தில் புரட்சிகரத் தொழிற்சங்கங்களும் சீர்திருத்தவாதத் தொழிற்சங்கங்களும் இணைந்து தொழிலாளர் பொதுச் சம்மேளனத்தை (GCL) நிறுவின, புதிய சம்மேளனத்தின் தலைமை உறுப்பில் கம்யூனிஸ்டுகளும் இடம்பெற்றனர். சோஷலிஸ்டு, தீவிரவாதக் கட்சிகளின் உறுப்பினர்களில் பெரும்பாலோரை மக்கள் முன்னணியின் வேலைத்திட்டத்துக்கு ஆதரவாக ஈர்த்திடுவதில் கம்யூனிஸ்டுகள் வெற்றியடைந்தனர். இதன் விளைவாக 1936ஆம் ஆண்டுத் தேர்தல்களில் மக்கள் முன்னணிக்குப் பிரமாத வெற்றி கிட்டியது. மக்கள் முன்னணியின் அடிப்படையிலான ஓர் அரசாங்கம் அமைக்கப்பட்டது.

கம்யூனிஸ்டுகளால் பறைசாற்றப்பட்ட மக்கள் முன்னணியின் கொள்கையானது பிரெஞ்சு நாட்டு உழைப்பாளி மக்களுக்கு கணிச அளவிலான சமூக, பொருளாதார ஆதாயங்களைப் பெற்றுத் தந்தது.

பாசிஸ்டுகள் அதிகாரத்துக்கு வந்துவிடும் ஆபத்திலிருந்து நாட்டைக் காப்பாற்றியது என்பதுதான் மக்கள் முன்னணி பிரெஞ்சு நாட்டுக்கு ஆற்றிய மிகப் பெரிய சேவை. தொழிலாளி வர்க்கம் தனது அணிகளை ஒன்றுபடுத்திக் கொண்டு, விரிவான நடுத்தர வர்க்கங் களையும் தன்னைச் சுற்றி ஒன்றுதிரட்டி, பாசிஸ்டுகளது திட்டங் களையும் சதி சூழ்ச்சிகளையும் முறியடித்தது. இந்த வெற்றிகள் மகத்தான சர்வதேச முக்கியத்துவம் வாய்ந்தவை. மேற்கு ஐரோப்பா அனைத்திலும் பாசிஸம் தனது ஆதிக்கத்தை அமைத்துக் கொள்வதில் தோல்வியுற்றது. மக்கள் முன்னணிக் கொள்கையின் பயனாய், பிரெஞ்சுத் தொழிலாளி வர்க்கம் பொதுவான ஜனநாயகப் போராட்டத்தில் தலைமை சக்தியாக, தேசத்தின் செயல் திறன் மிக்க உந்து சக்தியாக வளர்ந்தது.

1936 பிப்ரவரியில் ஸ்பெயினில் மக்கள் முன்னணி வெற்றி வாகை சூடியது, முதலாளித்துவ-ஜனநாயகப் புரட்சியை நிறைவு பெறச் செய்வதற்கான போராட்டம் அந்நாட்டில் ஆரம்பமாயிற்று. நிகழ்ச்சி களில் ஏற்பட்ட இந்தத் திருப்பத்தைக் கண்டு பீதியுற்று, ஸ்பெயின் நாட்டுப் பிற்போக்கு சக்திகள் கலகத்தைத் துவக்கின. கலகக்காரர் களுக்கு உதவி புரிவதற்காக நாஜி ஜெர்மனியும் பாசிஸ்டு இத்தாலியும் அவசரமாகப் படைகளை அனுப்பின. பாசிஸத்தை எதிர்த்து சர்வதேச அளவிலான முதலாவது பிரதான போர் ஸ்பெயினில் நடைபெற்றது. கலகக்காரர்களுக்கு ஜெர்மன் - இத்தாலிய பாசிஸ்டுத் தலையீட்டுக்கும் எதிராகக் குடியரசு சக்திகளை ஒன்றுதிரட்டும் பணி ஆழமான பொது ஜனநாயக மாறுதல்களுடன் இணைந்து பிணையலாயிற்று. நிலச் சீர்திருத்தம் செய்யப்பட்டது, பெரிய ஆலைகள் நாட்டுடைமையாக்கப் பட்டன, சமூக - அரசியல் வாழ்வு முழுதுமே ஜனநாயக வழிகளில் திருத்தியமைக்கப்பட்டது. சோஷலிஸ்டு எல். கபலியேரோ தலைமை தாங்கிய அரசாங்கத்தில் கம்யூனிஸ்டுக் கட்சியும் சேர்ந்து கொண்டு, கலகக்காரர்களையும் தலையீட்டாளர்களையும் தோற்கடிப்பதற் காகவும் ஜனநாயகச் சீர்திருத்தங்களைச் செயல்படுத்துவதற்காகவும் பாசிஸ்டு - எதிர்ப்பாளர்கள் எல்லோரையும் ஒன்றுபடச் செய்யும் கொள்கையை அயராது பின்பற்றியது.

கம்யூனிஸ்டு அகிலத்தின் தலைமை உறுப்புகள் ஸ்பானியப் புரட்சியின் பிரச்சினைகளை ஆழ்ந்த முறையில் பகுத்தாய்ந்தன. இந்தப் புரட்சி முதலாளித்துவ - ஜனநாயகப் புரட்சியின் வரம்புகளைக் கடந்து

சென்றது என்றும், போராட்டத் தீயிலே உதித்தெழுந்த ஸ்பானிய ஜனநாயகக் குடியரசு "மெய்யான மக்கள் ஜனநாயகத்தைக் கொண்ட அரசாகத்" திகழுமென்றும், இது ஒரு புது ரகத்தைச் சேர்ந்த அமைப் பாகுமென்றும், தொழிலாளி வர்க்கத்தாலும் விவசாயிகளாலு மாகிய ஜனநாயகச் சர்வாதிகாரத்தின் ஒரு தனி வடிவமாகுமென்றும் அவை முடிவு செய்தன.

ஸ்பானியக் குடியரசின் அனுபவம் கம்யூனிஸ்டு அகிலத்தின் ஏழாவது மாநாடு ஏற்ற தீர்மானங்கள் பிழையற்றவை என்பதை உறுதி செய்ததுடன், சர்வதேசக் கம்யூனிஸ்டு, தொழிலாளி வர்க்க இயக்கங் களது தத்துவத்தையும் நடைமுறையையும் குறிப்பிடத்தக்கவாறு செழுமையும் செய்தது. "ஸ்பெயின்தான் பாசிஸத்துக்கு எதிரான போராட்டத்தின் போது தொழிலாளர்கள், விவசாயிகள், குட்டி முதலாளித்துவ, நடுத்தர முதலாளித்துவப் பகுதிகள் ஆகியோரது ஜனநாயகச் சர்வாதிகாரம் நிறுவப் பெற்ற முதலாவது நாடு"[13] என்று டொலோரஸ் இபரூரி கூறினார். புதிய ஜனநாயகத்தை முரணின்றி மேலும் மேலும் வளர்த்துச் சென்று உருகவப்படுத்திய இந்த மக்கள் அரசாங்கம், சோஷலிச மாற்றங்களை நேரடியாக மேற்கொள்ளும் நிலையை வந்தடைவதற்கும் படிப்படியாக வழி கோலியது. ஸ்பானியக் குடியரசு தோல்வியுற்றுவிட்டாலும்கூட, இந்த வளர்ச்சிப் போக்கு தெட்டத்தெளிவாய் வெளிப்பட்டு வந்தது.

பாசிஸ்டு ஆக்கிரமிப்பாளர்களை எதிர்த்து ஸ்பானிய மக்கள் நடத்திய போராட்டத்தில் அவர்களுக்குக் கம்யூனிஸ்டு அகிலம் பெரிய அளவில் உதவியது. கம்யூனிஸ்டுகள் விடுத்த அறைகூவலுக்குச் செவி சாய்த்துப் பல நாடுகளிலிருந்தும் ஆயிரக் கணக்கில் தொண்டர்கள் ஸ்பெயினில் வந்து குவிந்தனர், அங்கே இவர்கள் சர்வதேசப் படை வரிசைகளாக ஒழுங்கமைக்கப்பட்டார்கள். பல சோஷலிஸ்டுகளும் எந்தக் கட்சியையும் சேராதோரும் அடங்கலாக எல்லா வகையான அரசியல் போக்குகளையும் சேர்ந்த பாசிஸ்டு-எதிர்ப்பாளர்களும் இந்தப் படைவரிசைகளில் ஒன்றுசேர்ந்தனர். ஸ்பெயின் நாட்டு மக்கள் சேனையின் பகுதியாக அமைந்த இந்தச் சர்வதேசப் படைவரிசை களின் அணிகளில் ஏறத்தாழ 60 நாடுகளைச் சேர்ந்த சுமார் 35,000 தொண்டர்கள் போராடினர். சோவியத் யூனியனிலிருந்து வந்த தொண்டர்கள், பாசிஸ்டுகளுக்கு எதிரான இந்தப் போரில் செயல் திறன் மிக்க பங்கெடுத்துக் கொண்டனர். ஸ்பெயினின் போர்க்களங்களில் பாசிஸ்டு-எதிர்ப்புச் சர்வதேச முன்னணி ஒன்று உருப்பெற்று எழுந்தது.

குடியரசுவாத ஸ்பெயினுக்கு சோவியத் யூனியன் ஆயுதங்களின் வடிவிலும் உணவு, மருத்துவ தளவாடங்களின் வடிவிலும் கணிசமான

அளவில் உதவி அளித்தது. இது குறித்து டொலோரஸ் இபரூரி எழுதினார்; "ஸ்பானிய மக்களுக்கு சோவியத் யூனியனது மக்கள் காட்டிய ஒருமைப்பாடும், குடியரசு அரசாங்கத்துக்கும் ஸ்பானியப் போர் வீரர்களுக்கும் அவர்கள் அளித்த பயனுள்ள பொருள் உதவியும், பாசிஸ்டுக் கலகத்தை எதிர்த்தும். பாசிஸத்தோடும் சர்வதேசப் பிற்போக்கோடும் கூடிக் கொண்ட சக்திகளை எதிர்த்தும் நடைபெற்ற ஸ்பானிய மக்கள் யுத்தத்தில் தனிப்பெரும் முக்கியத்துவம் வாய்ந்த பங்காற்றின. ஸ்பானிய உழைப்பாளி மக்கள் அவர்களது விடுதலைப் போராட்டத்தின் போது, அவர்களது சொந்த அனுபவத்தின் வாயிலாகப் பாட்டாளி வர்க்கச் சர்வதேசியத்தின் அர்த்தத்தைத் தெரிந்து கொண்டார்கள், சோவியத் யூனியன் ஒன்று இருப்பதானது தொழிலாளி வர்க்கத்தின், எல்லா நாடுகளது மக்களின் விடுதலைப் போராட்டத்துக்கு எவ்வளவு மகத்தான முக்கியத்துவம் வாய்ந்த தென்பதை உணர்ந்து கொண்டார்கள்."[14]

பாசிஸ்டு - எதிர்ப்பு ஜனநாயகப் புரட்சியையும் புது ரக ஜனநாயகத்தை நிறுவுவதையும் நோக்கமாகக் கொண்ட கொள்கை நெறியானது, இத்தாலியில் கம்யூனிஸ்டுகளுக்கும் சோஷலிஸ்டு களுக்கும் இடையே செயல் ஒற்றுமையை ஓங்கச் செய்தது. 1937ல் அவர்கள் கூட்டுச் செயற்பாடு குறித்து ஒரு புதிய உடன்பாடு செய்து கொண்டனர். தொழிலாளர் கூட்டு முன்னணிக்கும் விரிவான மக்கள் முன்னணிக்குமான முழக்கத்தை எழுப்பி நடைபெற்ற போராட்ட மானது அமெரிக்க ஐக்கிய நாட்டிலும் பிரிட்டனிலும் இதர நாடு களிலும் உழைப்பாளி மக்களுக்குத் திட்ட வட்டமான பலன்களைக் கைகூடச் செய்தது.

இந்தப் புதிய ஆதாரநெறி, ஒடுக்கப்பட்ட மக்களது போராட்டத்தில் கம்யூனிஸ்டுகளை முன்னிலும் செல்வாக்கு வாய்ந்த அரசியல் சக்தி யாக்கியது. பரந்தமைந்த ஏகாதிபத்திய-எதிர்ப்பு முன்னணிக் கொள்கை யானது ஒடுக்கப்பட்ட தேசத்தில் மிகப் பெருவாரியானோரை ஏகாதி பத்தியவாதிகளுக்கு எதிராக ஒன்றுபடச் செய்வதைச் சாத்தியமாக்கியது. சீனாவுக்கு இந்தக் கொள்கை தனி முக்கியத்துவம் வாய்ந்ததாய் இருந்தது, ஏனெனில் இங்கு கம்யூனிஸ்டுக் கட்சி உள்நாட்டுப் போருக்கு முடிவு கட்டி, ஜப்பானிய-எதிர்ப்புத் தேசிய முன்னணியை அமைத்திடு வதற்காக வேலை செய்து கொண்டிருந்தது. இந்த அரசியல் கொள்கை நெறியை வளர்த்து வளமாக்கிக் கொள்ளச் சீனக் கம்யூனிஸ்டுகளுக்குக் கம்யூனிஸ்டு அகிலச் செயற்குழு பெரிய அளவில் உதவியது. ஜப்பானிய - எதிர்ப்பு, ஏகாதிபத்திய - எதிர்ப்புத் தேசிய முன்னணியை நிறுவுவதற்கான ஆலோசனைகளை அது சீனக் கம்யூனிஸ்டுக் கட்சிக்கு அளித்தது.

அப்போது சீனக் கம்யூனிஸ்டுக் கட்சியில் முரண்பாடான போக்குகள் காணப்பட்டன. ஏகாதிபத்திய - எதிர்ப்புக் கூட்டு முன்னணிக்காகச் சீனக் கம்யூனிஸ்டுக் கட்சி நடத்திய போராட்டம் இக்கட்சியின் பெயரும் புகழும் இதன் செல்வாக்கும் ஓங்கத் துணை புரிந்தது. ஏகாதிபத்திய - எதிர்ப்பு முன்னணியில் விவசாயி வெகு ஜனங்களே மிகப் பெரும் சக்தியாக அமைந்திருந்ததால், விவசாயி களிடையே கட்சி அதிக தீவிரமாய் வேலை செய்வது விரும்பத்தக்கதும் அவசியமானதுமான ஒன்றுதான். ஆயினும் தெற்கிலிருந்த புரட்சிகரத் தளங்களை இழந்தபின் சீனக் கம்யூனிஸ்டுக் கட்சி தொலைப் பகுதி களிலான கிராமப் பிரதேசங்களுக்குப் பின்வாங்கி சென்று தொழில் மையங்களிலிருந்து விலகித் தொலைவில் இருக்க நேர்ந்ததானது, தொழிலாளி வர்க்க வெகுஜனங்களிடமிருந்து கட்சி பிரிக்கப்படுவதற்கு இட்டுச் சென்று, கட்சியினை விவசாயிமயமாகிவிடும்படிச் செய்தது. 1930ஆம் ஆண்டுகளில் சீனக் கம்யூனிஸ்டுக் கட்சி உறுப்பினர்களில் 90 சதவீதத்தினர் விவசாயிகளாய் இருந்தனர். கட்சியில் விவசாயி வெகு ஜனங்கள் மிதமிஞ்சி மேம்பட்டிருந்ததால் குட்டிமுதலாளித்துவத் தேசியவாத உணர்ச்சிகள் மேலோங்கலாயின. இவற்றுக்கு மா சே-துங்கும் அவரது ஆதரவாளர்களும்தான் பிரதிநிதிகளாக இருந்த வர்கள். இவர்கள் சீனக் கம்யூனிஸ்டுக் கட்சியின் தலைமைப் பதவியைக் கைப் பற்றிக் கொள்ள இந்தப் போக்குகளைப் பயன்படுத்திக் கொண்டார்கள். சீனக் கம்யூனிஸ்டுக் கட்சியின் வளர்ச்சியில் பாதகக் கூறுகளில் சிலவற்றைக் கம்யூனிஸ்டு அகிலம் கண்ணுற்றது, இவற்றை அகற்ற அது உதவி புரிய முயன்றது.

ஏகாதிபத்திய-எதிர்ப்பு முன்னணிக் கொள்கை இந்தியாவில் தேசவிடுதலை இயக்கத்தை ஆழமாக்க உதவியது. கம்யூனிஸ்டுகள் இந்தியத் தேசிய மாநாட்டில் சேர்ந்து கொண்டனர், இந்தியத் தேசிய முதலாளித்துவ வர்க்கத்தின் கட்சியில் இதைத் தொடர்ந்து வலுவாய்ந்த இடதுசாரி ஒன்று உருப்பெற்றது. ஒன்றுபட்ட தொழிற்சங்கங்களையும் விவசாயிகளது நாடு தழுவிய நிறுவனத்தையும் பக்க பலமாகக் கொண்ட இந்த இடதுசாரி, தேசியவிடுதலை இயக்கத்தின் வேலைத் திட்டத்தின் மீதும், வளர்ச்சியின் மீதும் கணிசமான செல்வாக்கு செலுத்தியது.

ஏகாதிபத்திய - எதிர்ப்பு, மக்கள் முன்னணிக் கொள்கையின் பயனாய் லத்தீன் அமெரிக்காவின் உழைப்பாளி மக்கள் முக்கிய சாதனைகள் அடைந்தார்கள்.

சிலியில் 1936ல் நாட்டு மக்களின் முற்போக்கு சக்திகள் யாவற்றையும் ஒன்றுபடுத்திய மக்கள் முன்னணி ஒன்று, கம்யூனிஸ்டுக்

கட்சியின் செயல் திறன் மிக்க பங்குடன் அமைக்கப்பட்டது. இராணுவ-பாசிஸ்டுச் சர்வாதிகாரத்தை நிறுவ முயன்ற பிற்போக்கு சக்திகளது திட்டங்களை முறியடித்து 1938ல் மக்கள் முன்னணி அரசாங்கம் அதிகாரத்துக்கு வந்தது. சிலியின் உழைப்பாளி மக்கள் சில சமூக-பொருளாதார ஆதாயங்களை அடைந்தனர். ஆனால் இந்த மக்கள் முன்னணியில் தொழிலாளி வர்க்கம் தலைமைப் பங்கு ஆற்றாதது இம்முன்னணியின் பலவீனக் கூறாக அமைந்தது. இதே காலத்தில் அர்ஜண்டீனாவிலும் கியூபாவிலும் இடதுசாரி சக்திகளது விரிவான முன்னணி ஒன்று எழுந்தது. 1930ஆம் ஆண்டுகளில் மெக்சிகோவின் உழைப்பாளி மக்கள் ஏகாதிபத்திய- எதிர்ப்புச் சீர்திருத்தங்களுக்காக நடத்திய போராட்டத்தில் மக்கள் முன்னணிக் கொள்கை குறிப்பிடத் தக்க பங்காற்றியது.

மற்றொரு உலக யுத்தம் மூண்டுவிடும் அபாயம் அதிகரித்து வந்ததால் கம்யூனிஸ்டு அகிலம் மிகவும் சிக்கலான பணிகளை எதிர் நோக்க வேண்டியதாயிற்று. 1936 அக்டோபரில் ஜெர்மனியும் இத்தாலியும் பெர்லின்-ரோம் "அச்சு" அமைத்துக் கொண்டன. நவம்பரில் இவற்றுடன் ஜப்பானும் சேர்ந்து கொண்டது. மூன்றும் சோவியத் யூனியனையும் சர்வதேசத் தொழிலாளி வர்க்க இயக்கத் தையும் தேசவிடுதலை இயக்கங்களையும் இலக்காகக் கொண்ட "கம்யூனிஸ்டு அகில - எதிர்ப்பு ஒப்பந்தம்" என்பதான ஒப்பந்தத்தை முறைப்பட வகுத்துக் கொண்டன. காலனிகளை மறு பங்கீடு செய்து கொள்வதையும், ஐரோப்பாவிலும் ஆசியாவிலும் முழு நாடுகளையும் தேசிய இனங்களையும் அடிமைப்படுத்துவதையும் இவ்வொப்பந்தம் நோக்கமாகக் கொண்டிருந்தது.

இந்த நிலைமைகளில் சமாதான சக்திகள் யாவற்றையும் ஒருசேர இணைத்திட கம்யூனிஸ்டு அகிலம் இரு மடங்கு தீவிரத்துடன் வேலை செய்தது. 35 நாடுகளைச் சேர்ந்த 4,500 பிரதிநிதிகள் கலந்து கொண்ட சர்வதேச சமாதான மாநாடு 1936 செப்டம்பரில் பிரஸ்ஸல்ஸ் நகரில் நடைபெற்றது.

இந்த மாநாட்டில் கம்யூனிஸ்டுகள் தனியே வேலைத் திட்டத்தை முன்வைக்கவில்லை, சமாதானத்தின் நேர்மையான ஆதரவாளர்கள் எல்லோருக்கும் உடன்பாடான நோக்கங்களுக்காகப் போராடுவது அவசியமென ஒத்துக் கொண்டார்கள். நான்கு அம்சப் பிரதானக் கொள்கைத் திட்டத்தை இந்த மாநாடு பிரகடனம் செய்தது: (1) ஒப்பந்தங்கள் மீறவொண்ணாதவை, (2) படைக் கலங்கள் குறைக்கப் படுதலும் வரம்பிடப்படுதலும், (3) கூட்டுப் பாதுகாப்பு, சர்வதேச சங்கம் (League of Nations) பலப்படுத்தப்படுதல், (4) யுத்தத்தை உண்டாக்கக்

கூடிய சர்வதேச நெருக்கடியை நீக்குவதற்காகப் பயனுள்ளதோர் அமைப்பு சர்வதேச சங்கத்தின் கட்டுக்கோப்புக்குள் நிறுவப்படுதல், சர்வதேச சமாதான வாக்கெடுப்பு நடத்தப்பட வேண்டுமென்று முன்மொழியப்பட்டது. ஜெர்மனி, ஜப்பான், இத்தாலி ஆகிய ஏகாதிபத்திய ஆக்கிரமிப்பாளர்களுக்கு எதிராய்ச் சக்திகளது ஒருங்கிணைவு வளர்ந்து சென்றதற்கு இந்த மாநாட்டின் முடிவுகள் சான்று பகன்றன.

கம்யூனிஸ்டு அகிலம் ஓயாது ஒழியாது வேலை செய்து, பாசிஸ்டு ஆக்கிரமிப்பாளர்களுடைய திட்டங்களை அம்பலம் செய்தது; நாஜி ஜெர்மனி, ஏகாதிபத்திய ஜப்பான் ஆகிய இரு பிரதான யுத்த பீடங்களிலிருந்து எழுந்த பேரபாயத்தை வெகுஜனங்களுக்கு விளக்கிக் கூறியது; ஒவ்வொரு நாட்டிலும் சமாதான விருப்ப சக்திகளை ஒன்று படுத்துவதற்கும் சர்வதேச சமாதான முன்னணியை உருவாக்குவதற்குமான கொள்கையை வகுத்துக் கொள்ளக் கம்யூனிஸ்டுக் கட்சிகளுக்கு உதவியது. பாசிஸ்டு அரசுகளது ஆக்கிரமிப்பை எதிர்த்துச் செயல்படு மாறு உழைப்பாளி மக்களைத் தட்டியெழுப்புவதில் கம்யூனிஸ்டு அகிலமும் கம்யூனிஸ்டுக் கட்சிகளும்தான் வைராக்கியம் வாய்ந்த சக்தியாகச் செயல்பட்டன.

கம்யூனிஸ்டு அகிலத்தின் கொள்கைக்கு சோவியத் யூனியன் சக்தி மிகுந்த பொருளாயத அடித்தூணாக விளங்கியது. உலக யுத்த அபாயம் அதிகரித்துச் செல்லச் செல்ல சமாதானத்தின் கோட்டையாக அமைந்து சோவியத் யூனியன் ஆற்றிய பங்கும் இடையறாது மேலும் மேலும் அதிகமாகிச் சென்றது. என்றையும்விட அதிகமாய் இப்போது உலகப் புரட்சி இயக்கத்தின் எதிர்காலம் சோவியத் யூனியன் பலம் பெறு வதையே பொறுத்திருந்தது. சோவியத் யூனியன் கம்யூனிஸ்டுகளும் சோவியத் மக்களும் மாபெரும் வரலாற்று முக்கியத்துவம் வாய்ந்த இந்தப் பொறுப்பினை உணர்ந்திருந்தனர், தமது சோஷலிச சமுதாயத்தைக் கட்டியெழுப்புவதற்காகவும் நாட்டின் தற்காப்பு ஆற்றலை உயர்த்திச் செல்வதற்காகவும் அவர்கள் சளைக்காமல் பாடுபட்டார்கள். பாசிஸ்டு ஆக்கிரமிப்பாளர்களால் உலகில் சோஷலிசத்தை அழிக்க முடியா தென்பதற்கு சோவியத் யூனியனது இராணுவ, பொருளாதார வலிமையே மிகவும் நம்பகமான உத்தரவாதமாக இருந்தது. இந்த வலிமையை மேலும் தொடர்ந்து உயர்த்திச் செல்வது சோவியத் மக்கள் தமக்குரிய புனித சர்வ தேசியக் கடமையாகுமெனக் கருதினார்கள்.

கம்யூனிஸ்டு அகிலமும் கம்யூனிஸ்டுக் கட்சிகளும் இந்தக் கால கட்டத்தில் தமது பணியில் பல இன்னல்களையும் எதிர்நோக்க வேண்டியிருந்தது. ஏகாதிபத்திய பிற்போக்கும் பாசிஸமும் யுத்த சக்திகளும் 1938 முதல் குறிப்பிடத்தக்கவாறு திரும்பவும் தொழிலாளி

வர்க்க, ஜனநாயக இயக்கத்தை தாக்க முற்பட்டன. வலதுசாரி சமூக-ஜனநாயகவாதிகள் மேலும் மேலும் தொழிலாளர் கூட்டு முன்னணி, மக்கள் முன்னணிக் கொள்கையைத் தாக்கினர்; மக்கள் முன்னணி எந்நாடுகளில் எல்லாம் இருந்ததோ, அந்நாடுகளில் உள்ளிருந்தபடி மக்கள் முன்னணியை முறித்திட முயன்றனர். சதிகார சோவியத்-எதிர்ப்பு உடன்பாடு ஏகாதிபத்தியவாதிகளிடையே உருப்பெற்று எழுந்தது; மியூனிக் ஒப்பந்தத்தில் (1938 செப்டம்பர்) இது மிகவும் எடுப்பாய் வெளியாகியது. இந்த ஒப்பந்தம் செக்கோஸ்லோவாக்கியாவைக் காட்டிக் கொடுத்துத் துரோகம் புரிந்தது, சோவியத் யூனியன் மீது தாக்குதல் தொடுக்கும்படி பாசிஸ்டு ஆக்கிரமிப்பாளர்களைத் தூண்டிவிட்டது. உலகு தழுவிய அளவிலான சோவியத்-எதிர்ப்பு ஏகாதிபத்திய முன்னணி அமைந்துவிடும் அபாயத்தால் நிர்ப்பந்திக்கப் பட்டு சோவியத் யூனியன், அனாக்கிரமிப்பு ஒப்பந்தம் முடித்துக் கொள்ள முன்வந்த ஜெர்மன் அரசாங்கத்தின் முன்மொழிவை ஏற்றுக் கொள்ள வேண்டியதாகியது.

ஸ்டாலினது தனிநபர் வழிபாட்டின் காரணமாகவும், இதன் விளைவாய் சோவியத் யூனியனிலும் மற்றும் கம்யூனிஸ்டு அகிலத்திலும் ஏற்பட்ட பாதகங்களின் காரணமாகவும் கம்யூனிஸ்டு இயக்கத்தில் குறிப்பிட்ட இன்னல்கள் எழுந்தன. சோஷலிசச் சட்ட முறைமை மீறப்பட்டதாலும் நியாயம் இல்லாத அடக்குமுறை நடவடிக்கை களாலும் கம்யூனிஸ்டு இயக்கத்துக்குப் பெருந்தீங்கு உண்டாயிற்று. ஆதாரமில்லாத குற்றச்சாட்டுகளின் பேரில் போலந்துக் கம்யூனிஸ்டுக் கட்சி கலைக்கப்பட்டது.

ஆனால் இந்த இன்னல்களாலும் சரி, இந்தத் தவறுகளாலும் சரி, கம்யூனிஸ்டு அகிலம் பாசிஸத்துக்கும் யுத்தத்துக்கும் எதிரான போராட்டத்தில் மக்கள் பெருந்திரளினரை ஒன்றுதிரட்டுவதற்காக ஆற்றிய மாபெரும் பணியின் சிறப்பை மங்கச் செய்துவிட முடியாது. 1934க்கும் 1939க்கும் இடைப்பட்ட ஆண்டுகளில் கம்யூனிஸ்டு அகிலத்தின் செயல்களும், தொழிலாளர் கூட்டு முன்னணியையும் விரிவான மக்கள் முன்னணியையும் அமைத்திடுவதற்காக அது மேற் கொண்டு முயற்சிகளும் சமூக-அரசியல் அரங்கில் தொழிலாளி வர்க்கத்தின், கம்யூனிஸ்டுக் கட்சிகளின் பாத்திரத்தை ஓங்கச் செய் வதற்கும், பொதுவான ஜனநாயகக் கோரிக்கைகளுக்கும் மக்களது பொதுவான தேசிய நலன்களுக்குமான போராட்டத்தில் பாட்டாளி வர்க்கமே தலைமையான சக்தி என்பதை உறுதிப்படுத்துவதற்கும் பெரிய அளவில் துணைபுரிந்தன. இந்த ஆண்டுகளின் போது கம்யூனிஸ்டுக் கட்சிகள் பல நாடுகளின் வாழ்வில் மாபெரும் அரசியல்

சக்தியாக வளர்ச்சியுற்றன, விரிவான மக்களிடமிருந்து ஆதரவு பெற்றன. மிகச் சொற்பமான விதிவிலக்குகளைத் தவிர்த்து, உலகெங்கும் கம்யூனிஸ்டுக் கட்சிகள் அதிவேகமாய் வலிமை பெற்று ஓங்கின.

கம்யூனிஸ்டு அகிலத்தால் பிரகடனம் செய்யப்பட்டு, காலனி, சார்பு நாடுகளின் கம்யூனிஸ்டுக் கட்சிகளால் அனுசரிக்கப்பட்ட ஏகாதிபத்திய - எதிர்ப்புக் கூட்டு முன்னணிக் கொள்கைதான் ஒடுக்கப் பட்ட தேசங்களில் ஏகாதிபத்திய - எதிர்ப்பு சக்திகள் யாவற்றையும் ஒன்றுதிரட்டுவதற்குரிய மெய்யான ஒரே வழியாக அமைந்தது. காலனியாதிக்கவாதிகளுக்கு எதிரான போராட்ட அணியை விரிவாக்கு வதற்கும் உறுதி பெறச் செய்வதற்கும் இந்தக் கொள்கை துணை புரிந்தது, தேசவிடுதலைப் புரட்சிகளின் வருங்கால வெற்றிக்கு அடித் தளங்கள் அமைத்திட்டது.

பாசிஸத்துக்கும் யுத்தத்துக்கும் எதிராய் எல்லாப் புரட்சி இயக்கங் களையும் ஜனநாயக இயக்கங்களையும் ஒன்றுபடச் செய்வதென்ற கம்யூனிஸ்டு அகில, கம்யூனிஸ்டுக் கட்சிக் கொள்கையானது அளவு கடந்த முக்கியத்துவம் வாய்ந்தது, 1934க்கும் 1939க்கும் இடையில் நடைபெற்ற வர்க்கப் போர்களைக் கடந்து செல்லும் முக்கியத்துவம் வாய்ந்தது. பாசிஸத்துக்கும் ஏகாதிபத்தியத்துக்கம் எதிரான ஆயுதம் ஏந்திய போருக்காகவும், வரலாற்று முக்கியத்துவம் வாய்ந்த இந்தப் போரில் சோவியத் யூனியனுடனான மக்களது ஒத்துழைப்புக்காகவும் சர்வதேசத் தொழிலாளி வர்க்கத்தையும் ஒடுக்கப்பட்ட மக்களையும் இக்கொள்கை முழுத் தயாரிப்பு பெறச் செய்தது.

1. *கியார்கி திமித்ரோவ், **கூட்டு முன்னணி**, லண்டன், 1938, பக்கம் 9.*
2. *அதே நூல், பக்கம் 12.*
3. *அதே நூல், பக்கம் 19.*
4. *அதே நூல், பக்கம் 31*
5. ***தீர்மானங்கள், கம்யூனிஸ்டு அகிலத்தின் ஏழாவது மாநாடு**, நியூயார்க், 1935, பக்கம் 31.*
6. *கியார்கி திமித்ரோவ், **கூட்டு முன்னணி**, லண்டன், 1938, பக்கம் 72.*
7. *தீர்மானங்கள், கம்யூனிஸ்டு, அகிலத்தின் ஏழாவது மாநாடு, நியூயார்க், 1935, பக்கம் 47.*
8. *அதே நூல் பக்கம் 44.*
9. *எர்க்கொலி, **ஏகாதிபத்தியவாதிகள் ஒரு புதிய உலக யுத்தத்துக்குத் தயாரித்துவரும் காரணத்தால், கம்யூனிஸ்டு அகிலத்தின் முன்னெழும் பணிகள் குறித்து**, மாஸ்கோ, 1935. பக்கம். 47.*

10. *தீர்மானங்கள், கம்யூனிஸ்டு அகிலத்தின் ஏழாவது மாநாடு*, நியூயார்க், 1935. பக்கம் 18.
11. *அதே நூல்*, பக்கம் 56.
12. *அதே நூல்*, பக்கம் 18.
13. *கம்யூனிஸ்டு அகில ஏழாவது மாநாட்டின் முப்பதாவது ஆண்டு நிறைவு*, பிராக், 1966, பக்கம் 207.
14. *அக்டோபர் புரட்சியின் சர்வதேச முக்கியத்துவம்*, மாஸ்கோ, 1957, பக்கம் 10.

6. மக்களது பாசிஸ்டு-எதிர்ப்புப் போராட்டத்தின் முன்வரிசையில் கம்யூனிஸ்டுக் கட்சிகளது வீரநடை கம்யூனிஸ்டு அகிலம் கலைக்கப்படுதல்

நாஜி ஜெர்மனி போலந்தைத் தாக்கி 1939 செப்டம்பர் 1ல் கட்டவிழ்த்துவிட்ட இரண்டாவது உலக யுத்தம் சர்வதேச நிலைமையையும் உலகப் புரட்சி நிகழ்ச்சிப் போக்கின் நிலைமைகளையும் மாறச் செய்தது. முதலாளித்துவம் இனி சர்வவியாபகமான அமைப்பாக இல்லாத ஒரு காலத்தில், உலகின் முதலாவது சோஷலிச அரசாகிய சோவியத் யூனியன் வலுப்பெற்று ஓங்கி வந்த போது, வளர்ந்தோங்கும் சோஷலிசத்துக்கும் மடிந்தொழியும் முதலாளித்துவத்துக்கும் இடையிலான முரண்பாடு, இச்சகாப்தத்தின் பிரதான முரண்பாடாகிய இது கடுமையடைந்துவிட்ட ஒரு நேரத்தில் இந்த யுத்தம் ஆரம்பமாகியது. இரண்டாவது உலக யுத்தத்தின் ஒரு தனி இயல்பு என்னவெனில், 1914-18ஆம் ஆண்டுகளினது போல் இது உலகின் மறுபங்கீட்டுக்கு மட்டுமான போராக இருக்கவில்லை. நாஜி ஜெர்மனியின் தலைமையில் அமைந்த பாசிஸ்டுக் கூட்டு உலக ஆதிக்கம் பெறுவதென்று, அப்படியே முழு அளவில் பல நாடுகளின் மக்களை அடிமைப்படுத்துவதென்றும், அழித்தொழிப்பதென்றுங்கூட திட்டமிட்டுக் கிளம்பியிருந்தது. உலகில் அரசியல் சக்திகளது பிரத்தியேகப் பரஸ்பர நிலையும் பாசிஸ்டு ஆக்கிரமிப்பாளர்களது நோக்கங்களும் செயல்களும் ஆரம்பம் முதற் கொண்டே பாசிஸத்தை எதிர்த்து அறவழிப்பட்ட விடுதலை யுத்தம் நடைபெறுவதற்கான எதார்த்தப் புறநிலை சாத்தியக் கூறுகள் இருக்கும் படிச் செய்தன.

ஆனால் இந்த எதார்த்தப் புறநிலைப் போக்கு வல்லரசுகளது ஆளும் வட்டாரங்களின் கொள்கையில் வெளிப்பட்ட இன்னொரு போக்கினால் எதிர்க்கப்பட்டது. தம்மிடையிலான ஏகாதிபத்திய முரண்பாடுகளுக்கு சோவியத் யூனியனது செலவில் தீர்வு கண்டு கொள்ள முயன்ற இந்த வட்டாரங்கள் நாஜி ஜெர்மனிக்கு எதிராகச் செயல் முனைப்பான போரில் இறங்காமல், நாஜி ஜெர்மனியை சோவியத் யூனியன் மீது தாக்குதல் தொடுக்குமாறு ஏவிவிட யாவும் செய்தன. இவ்விதம், இருவேறு போக்குகள் செயல்பட்டு, யுத்தத்தின்

தன்மையின் மீது ஒன்றிலிருந்து ஒன்று வேறான பாதிப்பை உண்டாக்கின.

பிரான்சு, பிரிட்டன் இந்நாடுகளின் கம்யூனிஸ்டுக் கட்சிகள், யுத்தம் சம்பந்தமான தமது போக்கில் அடிநிலையாகக் கொண்டது என்னவெனில்: பல நாடுகளையும் இனங்களையும் அடிமைப்படுத்த முனைந்த நாஜி ஜெர்மனியால் இந்த யுத்தம் கட்டவிழ்த்து விடப் பட்டது. ஆகவே இந்த யுத்தத்தை மெய்யாகவே பாசிஸ்டு - எதிர்ப்பு தேசவிடுதலை யுத்தமாக மாற்றுவதற்கு அனைத்தும் செய்தாக வேண்டும். இந்தக் கம்யூனிஸ்டுக் கட்சிகள் மக்கள் பெருந்திரளினரை ஒன்றுதிரட்டுவதற்காகவும், ஆளும் வட்டாரங்களை நிர்ப்பந்தம் செய்து அவற்றைச் சொல்லில் அல்ல, செயலில் பாசிஸ்டு - எதிர்ப்பு யுத்தம் நடத்தும்படிப் பலவந்தப்படுத்துவதற்காகவும் பாடுபட்டன. ஆனால் இந்தக் கம்யூனிஸ்டுக் கட்சிகள் பிரிட்டிஷ், பிரெஞ்சு ஆளும் வட்டாரங்கள் இந்த யுத்தத்தில் கொண்டிருந்த ஏகாதிபத்திய நாட்டங்களை எடுத்துரைத்து வந்தன என்றாலுங்கூட, முதலாளித்துவ வர்க்கத்தின் பிற்போக்குப் பிரிவுகள், யுத்தத்தை மெய்யாகவே பாசிஸ்டு - எதிர்ப்புத் தன்மையதாக்க விரும்பாத இந்தப் பிரிவுகள் காட்டக் கூடிய எதிர்ப்பினைக் குறைத்து மதிப்பிட்டன. பிரிட்டிஷ். பிரெஞ்சு அரசாங்கங்களுக்கு பாசிஸத்தை எதிர்த்து மெய்யான யுத்தம் நடத்தும் உத்தேசமில்லை என்பதை உண்மைகள் மேலும் மேலும் கண்கூடாக்கி வந்தன. மற்றும், பிரான்சில் கம்யூனிஸ்டுகள் கொடிய அடக்குமுறைக்கு உள்ளாக்கப்பட்டார்கள்.

கம்யூனிஸ்டுக் கட்சிகளும் கம்யூனிஸ்டு அகிலமும் நிலைமையை மதிப்பீடு செய்து 1939 அக்டோபரிலும் நவம்பரிலும் அளித்த அறிக்கை களில், யுத்தமானது அதன் இரு தரப்புகளின் பக்கத்திலிருந்தும் ஏகாதிபத்தியத் தன்மையதாகவே இருப்பதாக வரையறை செய்தன; அரசாங்கங்களது பிற்போக்குவாத, சோவியத் - எதிர்ப்புக் கொள்கையை அவை கண்டித்தன. யுத்தத்தைப் பற்றி இவ்வாறு மதிப்பீடு செய்து, கம்யூனிஸ்டு அகிலச் செயற்குழு விடுத்த அறைகூவல் ஒன்று, 1939 நவம்பரில் வெளியிடப்பட்டது. இந்த வரையறுப்பு முதலாளித்துவ நாடுகளது ஆளும் வட்டாரங்களின் ஏகாதிபத்திய நாட்டங்களை வலியுறுத்தியதென்றாலும், ஆரம்பத்திலிருந்தே இந்த யுத்தத்துக் குரியதாக இருந்த தேச விடுதலைப் போக்கினைக் கணக்கில் எடுக்காமல் விட்டுவிட்டது.

பாசிஸ்டு ஆக்கிரமிப்பின் விஸ்தரிப்பும், ஜெர்மனியால் மேற்கு ஐரோப்பிய நாடுகள் மிகப் பலவும் பிடிக்கப்பட்டு அங்கு நிறுவப்பட்ட கொள்ளைக்கார வன்முறை ஆட்சியும், அடிமைப்படுத்தியோருக்கு

எதிராய் மக்களது ஆத்திரத்தைப் பொங்கியெழச் செய்து, அவர்களை எதிர்த்து வைராக்கியப் போராட்டம் நடத்தும்படி எல்லா பாசிஸ்டு - எதிர்ப்பாளர்களையும் உந்திவிட்டன. தேச சுயேச்சையை இழந்து விடும்படியான அபாயமும், வெகுஜனங்களது நிர்ப்பந்தமும் ஆளும் வட்டாரங்களிடத்தும் பாதிப்பை உண்டாக்கி, அவற்றினிடம் ஹிட்லர் - எதிர்ப்புப் போக்குக்குச் சாதகமாய்ச் சக்திகளது மாற்றமைவினைத் துவக்கி வைத்தன. பாசிஸ்டு ஆக்கிரமிப்பு பரவியதைத் தொடர்ந்து யுத்தத்தில் விடுதலை நோக்கங்கள் மேலோங்கின, யுத்தத்தின் தன்மையே மேலும் மாறிச் சென்றது.

நாஜி ஜெர்மனியால் பிடிக்கப்பட்ட நாடுகளின் கம்யூனிஸ்டுக் கட்சிகளுக்கு விடுத்த நெறிமுறை அறிக்கையில் கம்யூனிஸ்டு அகிலத்தின் தலைமை, தேச சுயேச்சையை மீட்பதற்காகவும் உழைப்பாளி மக்களது ஜீவாதார நலன்களைப் பாதுகாப்பதற்குமான போராட்டத்துக்குத் தலைமை தாங்கும்படி அவற்றுக்கு ஆலோசனை கூறியது. கம்யூனிஸ்டுக் கட்சிகள் முரண்பாடு சிறிதும் இல்லாத பாசிஸ்டு-எதிர்ப்பு. தேசபக்த சக்தியாக உடனே எதிர்ப்பு இயக்கத்தில் முதன்மையான பங்கெடுத்துக் கொண்டன.

பரவி வந்த யுத்தத்தின் நிலைமைகளில், கம்யூனிஸ்டுக் கட்சிகள் நிறுவன ஒழுங்கமைப்பை அடியோடு திருத்தியமைத்துக் கொண்டன; மாறிவிட்ட நிலைமைகளுக்கும் தமது நிறுவனங்களின் உச்சநிலைப் போர்த் திறனை உறுதி செய்து கொள்வற்குரிய பணிகளுக்கும் மிகவும் உகந்த நிறுவன வடிவங்களை அவைத் தேடிப்பிடித்துக் கொண்டன.

1941ஆம் ஆண்டின் வசந்தத்துக்குள் ஐரோப்பாவின் பெரும் பகுதி பாசிஸ்டுப் படையெடுப்பாளர்களின் காலடியின் கீழ் வீழ்த்தப்பட்டு விட்டது. பிடிக்கப்பட்ட எல்லாப் பரப்புகளிலும் படையெடுப்பாளர் களை எதிர்த்து மக்கள் வெஞ்சமர் புரிய முற்பட்டனர். யுத்தத்தின் நேர்மையான, பாசிஸ்டு - எதிர்ப்புப் போக்கு இயற்கையாகவே மேலும் மேலும் முன்னிலைக்கு வந்து கொண்டிருந்தது. யுத்தமானது மேலும் மேலும் கூடுதலாய்த் தேசவிடுதலைக்கான பாசிஸ்டு-எதிர்ப்புத் தன்மையதாகிக் கொண்டிருந்தது.

1941ஆம் ஆண்டு வசந்தத்துக்குள் கம்யூனிஸ்டுக் கட்சிகள் பாசிஸ்டு-எதிர்ப்புப் போராட்டத்துக்காகப் பன்னாட்டு மக்களையும் ஒன்றுபடச் செய்வதில் முக்கியமான முதலாவது நடவடிக்கைகளை எடுத்து, இந்தப் போராட்டத்தில் வருங்கால வெற்றிகளுக்கான அடித்தளங்களை நிறுவ முற்பட்டிருந்தன. அதேபோது ஐரோப்பாவிலும் உலகின் பிற பகுதி களிலும் நிலவிய சிக்கலான சூழ்நிலையும், பிரதான முதலாளித்துவ

நாடுகளது ஆளும் வர்க்கங்களது கொள்கையில் இருந்து வந்த வெறித் தனமாக கம்யூனிஸ்டு - எதிர்ப்பு, சோவியத் - எதிர்ப்புப் போக்குகளும், கூடுமான அளவுக்குப் பரவலான ஹிட்லர் - எதிர்ப்பு சக்திகளது முன்னணியை அமைத்திடுவதற்கான எல்லா சாத்தியப்பாடுகளையும் கம்யூனிஸ்டு அகிலமும் கம்யூனிஸ்டுக் கட்சிகளும் பயன்படுத்திக் கொள்ள முடியாதபடி திட்டவட்டமான தடங்கல்களை உண்டாக்கின.

சோவியத் யூனியன் மீது நாஜி ஜெர்மனி தொடுத்த ஆக்கிரமிப்பு இரண்டாவது உலக யுத்தத்தில் ஒரு புதிய கட்டத்தைத் துவக்கி வைத்தது. யுத்தத்துள் சோவியத் யூனியன் அடியெடுத்து வைத்ததானது, ஹிட்லர்-எதிர்ப்புக் கூட்டின் அரசுகளது நேர்மையான விடுதலைப் போராக இரண்டாவது உலக யுத்தம் வளர்ச்சியுற்று வந்த நிகழ்ச்சிப் போக்கினை நிறைவு பெறச் செய்தது. சோவியத் யூனியனும் பிடிக்கப் பட்ட நாடுகளின் மக்களும் மட்டுமின்றி மிகப் பெரிய முதலாளித்துவ அரசுகளாகிய பிரிட்டனும் அமெரிக்க ஐக்கிய நாடும் அடங்கலாய், பல அரசுகளையும் பன்னாட்டு மக்களையும் கொண்டமைந்த ஹிட்லர் - எதிர்ப்புக் கூட்டு ஒன்று உருப்பெற்று எழுந்தது. அமெரிக்க, பிரிட்டிஷ் ஆளும் வட்டாரத்தில் ஒரு கணிசப் பகுதியோர் அவர்களது ஏகாதிபத்திய நோக்கங்களை அடைவதில் முனைந்திருந்தனர், சோவியத் யூனியனும் நாஜி ஜெர்மனியும் ஒன்றையொன்று பலவீனப்படுத்திக் கொண்டுவிடும் என்பதையே தமது திட்டங்களுக்கு அடிப்படையாகக் கொண்டிருந்தார்கள் என்றாலும், பிரிட்டனும் அமெரிக்க ஐக்கிய நாடும் யுத்தத்தில் கலந்து கொண்டதானது எதார்த்தப் புறநிலையில் பாசிஸமும் முறியடிக்கப்படுவதற்குப் பங்காற்றவே செய்தது.

சோவியத் யூனியன் மீது ஜெர்மனி தாக்குதல் தொடுத்ததைத் தொடர்ந்து, கம்யூனிஸ்டு அகிலச் செயற்குழு, இந்த ஆக்கிரமிப்பு சோஷலிச நாட்டிற்கு மட்டுமின்றி உலகின் எல்லா நாடுகளது மக்களின் சுதந்திரத்துக்கும் சுயேச்சை வாழ்வுக்கும் எதிரான அடியாகுமென்று கூறிக் கம்யூனிஸ்டுக் கட்சிகளுக்குக் கடிதங்களை அனுப்பியது. ஜெர்மன், இத்தாலிய பாசிஸ்டு ஆக்கிரமிப்பாளர்களை எதிர்த்துப் போராடும் சர்வதேசக் கூட்டு முன்னணிக்காகப் பாடுபடும்படி, இவர் களை எதிர்த்துப் போராடுமாறு தேசபக்த சக்திகளை யாவற்றையும் உசுப்பிவிடும்படி க.அ.செ.கு எல்லா நாடுகளின் கம்யூனிஸ்டுகளுக்கும் அறைகூவல் விடுத்தது. ஹிட்லர்-எதிர்ப்புக் கூட்டைச் சேர்ந்த நாடு களின் கம்யூனிஸ்டுக் கட்சிகள் பாசிஸத்தை எதிர்த்து, பன்னாட்டு மக்களது சுதந்திரத்துக்கும் சுயேச்சை வாழ்வுக்குமான யுத்தத்தில் செயல் முனைப்புடன் பங்கு கொள்ளும் கொள்கைத் திட்டத்தின் அடிப்படையில் மிகவும் விரிவான மக்கள் பகுதியோரை ஒன்றுபடச்

செய்வதற்காக முழு மூச்சுடன் செயல்பட்டன. நாஜி ஜெர்மனியையும் அதைச் சார்ந்த அரசுகளையும் தோற்கடிப்பதை நோக்கமாகக் கொண்டு தத்தமது நாடுகளின் அரசாங்கங்கள் மேற்கொண்ட நடவடிக்கைகளை இவை ஆதரித்தன; இரண்டாவது போர்முனை துவக்கப்படுவதற்காக வலுமிக்க இயக்கங்களுக்கு ஏற்பாடு செய்தன.

பிடிக்கப்பட்ட நாடுகளில் நடைபெற்ற விடுதலைப் போராட்டம் இரண்டாவது உலக யுத்தத்தின் உன்னத நிகழ்ச்சிப் போக்குகளில் ஒன்றாகும். இப்போராட்டம் பாசிஸ்டு ஆக்கிரமிப்பாளர்களை எதிர்த்து அரசுகளும் மக்களும் நடத்திய யுத்தத்தின் பிரிக்க வொண்ணாத பகுதியாகியது. தொழிலாளர்களும் விவசாயிகளும் நகர மத்தியதரப் படிவத்தோரும் தேசிய முதலாளித்துவ வர்க்கத்தோரில் ஒரு பகுதியோரும் பாசிஸத்துக்கு எதிரான அனைத்து மக்கள் போராட்டத்தில் பங்கெடுத்துக் கொண்டார்கள். ஏழாவது மாநாட்டால் வகுத்தளிக்கப்பட்ட விரிவான பாசிஸ்டு - எதிர்ப்பு முன்னணி எனும் கருத்து யுத்தத்தின் கடுமை வாய்ந்த நிலைமைகளில் சிறப்புக்குரிய முறையில் மெய்ப்பிக்கப்பட்டது. பாசிஸத்தின் மீது பெறப்பட்ட வெற்றிக்குப் பிரதான காரணிகளில் ஒன்றாகத் திகழ்ந்த விரிவான தேசிய முன்னணிகள் அமைக்கப்படுவதற்கு எங்கும் கம்யூனிஸ்டுகள் தான் முன்முயற்சி எடுத்துப் பாடுபட்டவர்கள். கம்யூனிஸ்டு, தொழிலாளர் கட்சிகளது தலைமையில் அமைந்த தொழிலாளி வர்க்கம் தேசிய முன்னணிகளில் முதன்மையான பங்கெடுத்துக் கொண்டது. பாசிஸ்டு-எதிர்ப்பு தேசபக்த சக்திகளை ஒன்றுபடச் செய்த தேசிய முன்னணிகள் யுகோஸ்லாவியாவிலும் பிரான்சிலும் செக்கோஸ்லோவாக்கியாவிலும் போலந்திலும் பிடிக்கப்பட்ட பிற நாடுகளிலும் அமைக்கப்பட்டன.

கம்யூனிஸ்டுக் கட்சிகள் எதிர்ப்பு இயக்கத்தைப் பரவச் செய்வதற் காகவும், பாசிஸ்டுப் படையெடுப்பாளர்களுக்கு எதிராய்த் தத்தமது நாடுகளின் சக்திகள் யாவற்றையும் ஒன்றுதிரட்டுவதற்காகவும் மேற் கொண்ட முயற்சிகளுக்குக் கம்யூனிஸ்டு அகிலம் இடையறாத உதவி அளித்தது. போலந்தின் கம்யூனிஸ்டுகள் போலந்துத் தொழிலாளி வர்க்க மார்க்சிய - லெனினியக் கட்சியான போலந்துத் தொழிலாளர் கட்சியை மீண்டும் அமைத்துக் கொள்ள (1942 ஆரம்பத்தில்) க.அ.செ.கு. அவர்களுக்கு உதவியது.

எதிர்ப்பு இயக்கத்தின் ஆதாரநெறியும் போர்த்தந்திரமும் குறித்துக் கம்யூனிஸ்டு அகிலச் செயற்குழு கம்யூனிஸ்டுக் கட்சிகளுக்கு நடைமுறை ஆலோசனை கூறி வந்தது; கம்யூனிஸ்டுக் கட்சிகளுக்கு உதவுவதற்காக அனுபவம் வாய்ந்த கொரில்லா இயக்க ஒழுங்கமைப்பாளர்களை அனுப்பி வைத்தது. பாசிஸ்டுக் கூட்டைச் சேர்ந்த நாடுகளுக்காகவும்

பிடிக்கப்பட்ட நாடுகளுக்காகவும் கம்யூனிஸ்டு அகிலம் வெகுஜனப் பிரசாரத்துக்காக ஏற்பாடு செய்தது; வானொலிப் பிரசாரம் இந்தப் பணியில் ஒரு சிறப்பிடம் வகித்தது.

நாடுகளின், மக்களின் எதிர்காலம் இரண்டாவது உலக யுத்தத்தின் பிரதான போர்முனையாகிய சோவியத் - ஜெர்மன் போர்முனையில் தீர்மானிக்கப்பட்டது. கம்யூனிஸ்டுக் கட்சியின் தலைமையில் சோவியத் மக்கள் உக்கிரமான போராட்டத்தில் தளராது எதிர்த்து நின்றதோடன்றி, மாஸ்கோ போரின் போதும் மாபெரும் ஸ்டாலின்கிராத் போரிலும் பாசிஸ்டுப் படைகளைத் தகர்ந்து குலையும்படியான விதத்தில் தோற்கடித்தனர். இந்தத் தோல்விகள் ஹிட்லரது யுத்தப் பொறியமைவு அனைத்தையுமே ஆடிக்குலுங்கச் செய்து, யுத்தத்தின் போக்கை அடியோடு மாறச் செய்தன. சோவியத் மக்களது மாபெரும் தேசபக்த யுத்தத்திலும் உலக யுத்தம் அனைத்திலுமே அடிப்படையான திருப்பம் ஏற்பட்டது. ஐரோப்பிய மக்களை பாசிஸ்டு அடிமை வாழ்விலிருந்து விடுவிப்பதற்கு மெய்யான வாய்ப்புகள் எழுந்தன.

இந்த நிலைமைகளில் பாசிஸ்டு - எதிர்ப்பாளர்களையும் தேச பக்தர்களையும் ஒன்றுபடச் செய்வதற்காகவும் இராணுவ நடவடிக்கை களை தீவிரப்படுத்துவதற்காகவும் முன்னிலும் அதிக வலுவுடன் வேலை செய்வதற்காகக் கம்யூனிஸ்டுக் கட்சிகளைக் கம்யூனிஸ்டு அகிலம் திசையமைவு பெறச் செய்தது. பிரெஞ்சுக் கம்யூனிஸ்டுக் கட்சிக்குக் க.அ.செ.கு. அளித்த ஆலோசனை கொரில்லாக்களுக்கும் டி கால் இயக்கத்துமிடையே மேலும் நெருங்கிய ஒத்துழைப்புக்கு வகை செய்வதாக இருந்தது. இத்தாலியக் கம்யூனிஸ்டுக் கட்சியைப் பொறுத்த வரை, மக்களை ஆதாரமாகக் கொண்டு அமைந்து இராணுவ நடவடிக்கைகளுக்கு முடிவு கட்டி, சமாதானம் செய்து கொள்வதற்கு வேண்டிய அவசரச் செயல்களை மேற்கொள்ள வல்ல சமாதான அரசாங்கத்தை நிறுவ வேண்டுமென்ற கோஷத்தை முன்வைப்பது உசிதமாக இருக்குமெனக் க.அ.செ.கு. கருதியது. யுகோஸ்லாவியாவிலும் போலந்திலும் கிரீசிலும் அல்பேனியாவிலும் பிரான்சிலும் செக்கோஸ்லோவாக்கியாவிலும் பிற நாடுகளிலும் எதிர்ப்பு இயக்கம் மிகவும் மும்முரமடைந்தது.

ஜப்பானியப் படையெடுப்பாளர்களை எதிர்த்து யுத்தம் நடை பெற்று வந்த சீனாவில் விடுவிக்கப்பட்ட பிரதேசங்களை விரிவாக்கிச் செல்லவும் போர்ப் படைகளை வலிமை பெறச் செய்யவும் சீனக் கம்யூனிஸ்டுக் கட்சி பாடுபட்டது. ஆனால் கட்சியினுள், கம்யூனிஸ்டு அகிலக் கொள்கை நெறியை அனுசரித்து, மா.சே-தூங்குக்கு ஒவ்வாதோராய் இருந்த கட்சி ஊழியர்களுக்கு எதிரான “வேலை

முறைச் சீராக்க" இயக்கத்திலே கட்சித் தலைமையின் கவனம் குவிந்திருந்தது.

பர்மாவிலும் மலேயாவிலும் இந்தோசீனாவிலும் இந்தோனேஷியாவிலும் ஃபிலிப்பைன் தீவுகளிலும் ஜப்பானியக் காலனியாதிக்கவாதிகளையும் பிற காலனியாதிக்கவாதிகளையும் எதிர்த்து விடுதலைப் போராட்டம் வளர்ச்சியுற்றது.

பாசிஸ்டுக் கூட்டைச் சேர்ந்த நாடுகளில் சட்ட விரோதமாக்கப் பட்ட கம்யூனிஸ்டுக் கட்சிகளும் ஏனைய பாசிஸ்டு - எதிர்ப்பு நிறுவனங்களும் தமது செயல்களைத் தீவிரமாக்கிச் சென்றன. ஹிட்லர் பாசிஸத்தையும் அதன் கூட்டாளிகளையும் எதிர்த்து அவை தன்னலங் கருதா வீரப்போராட்டம் நடத்தின, பாசிஸ்டு யுத்தத்தின் கொலைகாரத் தன்மையை அம்பலப்படுத்தின.

பாசிஸத்துக்கு எதிரான யுத்தத்தின் போது கம்யூனிஸ்டு, தொழிலாளர் கட்சிகள் வெகுஜனங்களிடையே தமது செல்வாக்கை வெகுவாய் விரிவடையச் செய்து கொண்டன. கம்யூனிஸ்டுக் கட்சிகள் கண்ட வளர்ச்சி, பாசிஸ்டு - எதிர்ப்புச் செயற்பாடுகள் பற்றிய பிரச்சினைகளில் விரைவாகவும் திறம்படவும் தீர்மானங்கள் ஏற்க வேண்டியிருந்த அவசியம், பொதுவான தேசிய நலன்களுக்கான போராட்டத்தில் கம்யூனிஸ்டுக் கட்சிகளது கூடுதலாகிவிட்ட பங்கு- இவை எல்லாம் என்றையும் விட இக்கட்சிகளுக்கு மிகவும் அதிகமான சுயேச்சையையும் முன்முயற்சியையும் அவசியமாக்கின. தொழிலாளர் களை ஒன்றுபடச் செய்வதற்கான ஒரு நிறுவன வடிவம் என்ற முறையில் கம்யூனிஸ்டு அகிலம் மேலும் மேலும் காலங் கடந்ததாகி வந்ததென்பதை நிகழ்ச்சிப் போக்குகள் தெளிவுபடுத்தின. தொழிலாளி வர்க்க இயக்கம் வளர்ந்தோங்கியும், அதன் பணிகள் மேலும் மேலும் சிக்கல் வாய்ந்தனவாகியும், போராட்ட நிலைமைகள் வெகுவாய் மாறுபட்டும் சென்றதைத் தொடர்ந்து, ஒரே மையத்திலிருந்து கம்யூனிஸ்டுக் கட்சிகளுக்கு வழிகாட்டுவதென்பது இயலாததாகியது. பாசிஸத்துக்கு எதிரான, தேசபக்த சக்திகளது ஒருங்கிணைவுக்கும் செயல் வளர்ச்சிக்கும் தடங்கலாக இருந்தவை யாவும் அகற்றப்படுதலை அவசியமாக்கின.

இந்த நிலைமைகள் யாவற்றையும் கணக்கில் எடுத்து, க.அ.செ.கு.-வின் தலைமை அமைப்பு, கம்யூனிஸ்டு அகிலம் கலைபட வேண்டுமென்ற முன்மொழிவைச் சமர்ப்பித்தது. க.அ.செ.கு.-வுடன் தொடர்பு கொள்ள முடிந்த சோதரக் கம்யூனிஸ்டுக் கட்சிகள் யாவும் இந்த முன்மொழிவுக்கு ஆதவு தெரிவித்தன. ஆகவே 1943 மே மாதத்தில்

க.அ.செ.கு.-வின் தலைமை அமைப்பு கம்யூனிஸ்டு அகிலத்தைக் கலைப்பதென்ற தீர்மானத்தை ஏற்றது. இதே போல இளங் கம்யூனிஸ்டு அகிலத்தின் செயற்குழு ஏற்ற தீர்மானத்தின்படி, இளங் கம்யூனிஸ்டு அகிலம் தனது செயல்களுக்கு முடிவு கட்டிக் கொண்டது.

கம்யூனிஸ்டு அகிலம் கலைக்கப்பட்டது பிழையற்றதாகும். தக்க தருணத்தில்தான் இது செய்யப்பட்டது என்பதைப் பிற்பாடு நிகழ்ந்த நிகழ்ச்சிகளின் போக்கு நிரூபித்துக் காட்டியது. கம்யூனிஸ்டு அகிலம் கலைக்கப்பட்டதும் உலகக் கம்யூனிஸ்டு இயக்கம் தணிந்து போய் விடுமெனப் பகைவர்கள் கண்ட கனவு வெறும் பகற்கனவே என்பது தெளிவாகியது. மார்க்சிய - லெனினியத்தின் சர்வதேசியக் கோட்பாட்டைப் பற்றுறுதியுடன் கடைப்பிடித்துக் கம்யூனிஸ்டுக் கட்சிகள் பாசிஸ்டு - எதிர்ப்பு, தேசபக்த சக்திகளை ஒன்றுபடுத்த, பாசிஸத்தைத் தோற்கடிக்க முன்னிலும் அதிக நெகிழ்வுடனும் ஆற்றலுடனும் பாடுபட்டன. கம்யூனிஸ்டுக் கட்சிகளுடைய கொள்கைக்குப் பன்னாட்டு மக்களிடமிருந்தும் மேலும் மேலும் கூடுதலான அங்கீகாரம் கிடைத்தது, பாசிஸத்துக்கு எதிரான சிறந்த போராட்ட வீரர்கள் இக்கட்சிகளது அணிகளில் சேர்ந்து இவற்றைப் பெருகச் செய்தனர். இரண்டாவது உலக யுத்தத்தில் ஆரம்பத்தில் உலகில் 42,00,000 கம்யூனிஸ்டுகள் இருந்தார்கள், யுத்தத்தின் முடிவில் இவர்களது எண்ணிக்கை 2,00,00,000 ஆகிவிட்டது. பாசிஸத்தைத் தோற்கடிப்பதற்கான போராட்டத்தின் வழிகாட்டும் ஆன்மாவாகவும் ஒழுங்கமைப்பாளனாகவும் செயல்பட்ட கம்யூனிஸ்டு இயக்கத்தின் சக்தியும் செல்வாக்கும் ஓங்கியதற்கு இது சான்றாகும்.

***

கம்யூனிஸ்டு அகிலம் கலைக்கப்பட்டதும் அதன் சீரிய லெனினிய மரபுகளும் முக்கியமான சித்தாந்தக் கோட்பாடுகளும் கரைந்து மறைந்து போய்விடவில்லை. தொடர்ந்து அவை கம்யூனிஸ்டு இயக்கத்தின் மீது செல்வாக்கு செலுத்தியே வருகின்றன. லெனினது தலைமையில் தோற்றுவிக்கப் பெற்ற கம்யூனிஸ்டு அகிலம்தான், கம்யூனிஸ்டு இயக்கத்தை நாம் வாழும் இக்காலத்தின் மிகப் பெரிய, மிகுந்த செல்வாக்கு படைத்த, மிகவும் ஒழுங்கமைந்து இயங்கும் அரசியல் சக்தியாக்கியிருக்கும் வளர்ச்சிப் போக்குகளது ஆரம்பக் கட்டங்களுக்கு வழிகாட்டியது.

கம்யூனிஸ்டு அகிலத்தின் சித்தாந்த, அரசியல் முடிவுகளைக் கண்ணை மூடிக் கொண்டு காப்பியடித்து இயந்திர முறையில் இன்றைய நிலைமைகளில் கையாளக் கூடாதென்பதைக் கூறத் தேவையில்லை.

ஆயினும் இன்று கம்யூனிஸ்டு இயக்கத்தை எதிர்நோக்கும் அடிப் படைப் பிரச்சினைகளில் மிகப் பலவும் கம்யூனிஸ்டு அகிலத்தால் பரிசீலிக்கப்பட்டுத் தீர்வு காணப்பட்டவையே. மார்க்சியம் - லெனினியம் எனும் பொதுக் கருவூலத்துக்கு, புரட்சிகரக் கம்யூனிஸ்டு இயக்கத்தின் உலகளாவிய அனுபவத்துக்குக் கம்யூனிஸ்டு அகிலம் ஆக்க வழியில் ஆற்றிய பங்கானது, நீடித்து நிலவும் முக்கியத்துவம் வாய்ந்த பல முடிவுகளிலும் கோட்பாடுகளிலும் நடைமுறைச் செயல்களிலும் வெளியிடப்படுகின்றது:

- கம்யூனிஸ்டு அகிலம், சர்வதேசத் தொழிலாளி வர்க்கத்தின் புரட்சிகர முன்னணிப் படையை மார்க்சிய - லெனினியத்தின் அடிப் படையில் ஒன்றுபடச் செய்தது. வர்க்கப் போராட்டத் தத்துவத்தையும் நடைமுறையையும் அது கணிச அளவுக்குச் செழுமைப்படுத்தியது. உலகப் பாட்டாளி வர்க்கப் புரட்சி கொடியை அது தன்னைப் பின்தொடரும் தலைமுறைகளின் வீரர்களிடம் ஒப்படைத்தது.

- கம்யூனிஸ்டு அகிலம் மார்க்சிய - லெனினியத் தத்துவத்தைப் பழுதின்றிப் பாதுகாத்து மேலும் வளர்த்திட்டது. பாட்டாளி வர்க்கமானது வரலாற்றுச் சிறப்புடைத்த அதன் நோக்கங் களைச் சாதித்துக் கொள்வதற்கு உதவியாக அமைந்த தலைமை நிறுவனங்களாய்க் கம்யூனிஸ்டுக் கட்சிகள் சித்தாந்த வழியிலும் தத்துவ வழியிலும் நிறுவன வழியிலும் வலிமை பெற்று ஓங்குவதற்குக் கம்யூனிஸ்டு அகிலம் துணை புரிந்தது. கம்யூனிஸ்டுக் கட்சியானது பிழையற்ற கொள்கையை வகுத்தமைத்துக் கொள்வதற்கு, அதிவேகமாய் மாறிக் கொண்டிருக்கும் எதார்த்தத்தைப் பற்றிய ஆக்கவழியிலான மார்க்சிய - லெனினியப் பகுத்தாய்வுக்குள்ள பங்கினையும் முக்கியத்துவத்தையும் கம்யூனிஸ்டு அகிலத் தீர்மானங்கள் தெளிவாகப் புலப்படுத்திக் காட்டின. புதிய சகாப்தத்தில் சந்தர்ப்பவாதத்தின் உட்பொருளைக் கம்யூனிஸ்டு அகிலம் வெளிப்படுத்திக் காட்டி, திருத்தல்வாத முறையில் மார்க்சியம்-லெனினியத்தைப் புரட்டும் திரிபுகளை முரணின்றி எதிர்த்துப் போராடியது. தத்துவத் துறையில் எல்லா ஊசலாட்டங் களையும் எதிர்த்து நின்றது.

- ஏகாதிபத்தியத்துக்குப் பாட்டாளி வர்க்கப் புரட்சிகளுக்கும் இரு அமைப்புகளிடையிலான போராட்டத்துக்குமுரிய சகாப்தத்துக்கு அனுசரிக்கப்படத்தக்கவாறு புரட்சிக் கோட் பாட்டினைக் கம்யூனிஸ்டு அகிலம் வளர்த்து அதன் உட்

பொருளை மெய்ப்பித்து நிலை நாட்டியது. சமரசத்தை எதிர்த்து வைராக்கியமாகப் போராடுதல், தொழிலாளி வர்க்கத்துக்கும் ஏனைய எல்லா உழைப்பாளி மக்களுக்கும் சிறிதும் தளராத விசுவாசம் செலுத்துதல், இவர்களுடைய நலன்களை முரணின்றிப் பாதுகாத்தல், ஏகபோகங்களது அளவு கடந்த ஆற்றலை எதிர்த்து விடாப் பிடியாகப் போராடுதல் ஆகியவை யாவும் இந்தக் கோட்பாட்டினுள் அடங்குவனவாகும். இறுதிக் குறிக்கோளைச் சென்றடைவதற்கான முன்னேற்றத்தைப் பாட்டாளி வர்க்கத்தின், உழைப்பாளி மக்கள் அனைவரின் உடனடியான ஜீவாதாரக் கோரிக்கைகளுக்கான இடையறாத முனைப்பான போராட்டத்துடன் ஒருசேர இணைத்துக் கொள்வதற்குக் கம்யூனிஸ்டுகளுக்குக் கம்யூனிஸ்டு அகிலம் கற்றுத் தந்தது. முதலாளித்துவ அமைப்பை ஒழித்து, சோஷலிசத்தைக் கட்டியமைத்து, படிப்படியாகக் கம்யூனிசத்தைச் சென்றடைவதற்காக எல்லா சக்திகளையும் செல்வாதாரங்களையும் ஒன்றுதிரட்டிச் செயல்பட வைப்பதுதான் புரட்சிக் கோட்பாட்டின் பிரதான உள்ளடக்க மாகும்.

- கம்யூனிஸ்டு அகிலம் பாட்டாளி வர்க்கச் சர்வதேசிய மரபுகளை முன்னோக்கி எடுத்துச் சென்று மேலும் ஆழமாக்கியது, அவற்றைப் புதிய உள்ளடக்கம் கொள்ளச் செய்தது. பாட்டாளி வர்க்க ஒருமைப் பாட்டுக் கோட்பாடுகளைப் பற்றுறுதியுடன் கடைப்பிடிப்பது அத்தியாவசியம் என்பதையும், கட்சிகளது தத்துவார்த்த, சித்தாந்த, நடைமுறைச் செயற்பாடுகள் யாவற்றிலும் தேசிய நலன்களும் சர்வ தேசிய நலன்களும் உயிரமைப்புக்குரிய ஒற்றுமை கொள்ளும்படி உறுதி செய்து கொள்வது இன்றியமையாதது என்பதையும் அது நிரூபித்துக் காட்டியது. சோவியத் யூனியனில் கட்டியெழுப்பப்பட்ட சோஷலிசத்தைப் பாதுகாப்பதும் அதற்கு சாத்தியமான முழு அளவில் ஆதர வளிப்பதும் சர்வ தேசியத்தின் அடிப்படை இயல்பாகுமென்பதைக் கம்யூனிஸ்டு அகிலம் தெளிவுபடுத்தியது.

- கம்யூனிஸ்டு அகிலம் அதன் தத்துவார்த்த, நடைமுறைச் செயற்பாடுகளில், சமாதானத்துக்கான போராட்டமும் உலகப் புரட்சிப் போக்கின் வளர்ச்சியும் பிரிக்க முடியாதபடி பிணைப்புகள் கொண்டிருப்பதைத் தெளிவாகப் புலப்படுத்திக் காட்டியது. இராணுவ ஆதிக்கத்தையும் ஆக்கிரமிப்பு

ஏகாதிபத்திய யுத்தங்களையும் எதிர்த்து, சமாதானத்துக் காகவும் தேசங்களது பாதுகாப்புக்காகவும் போராடும் மரபினை, புரட்சிகரப் பாட்டாளி வர்க்க இயக்கத்துக்கு உள்ளார்ந்த இயல்பாகிய இம்மரபினை அது ஒரு புதிய உயர்நிலைக்கு உயரச் செய்தது.

- கம்யூனிஸ்டு அகிலம் அக்டோபர் புரட்சிக்குப் பிற்பட்ட சகாப்தத்தில் கம்யூனிஸ்டுக் கட்சிகளது ஆதார நெறி, போர்த்தந்திரம் இவற்றின் அடிப்படைக் கோட்பாடுகளை விவரமாக வகுத்திட்டது. வரலாற்றுச் சூழ்நிலை மாறுவதைத் தொடர்ந்து புரட்சி இயக்கத்துக்கு எழும் புதிய பிரச்சினை களுக்குத் தீர்வு காண்பதற்குரிய வழிமுறை கம்யூனிஸ்டு அகிலத் தீர்மானங்களில் தரப்படுகிறது. வெவ்வேறு கட்டங் களில் கம்யூனிஸ்டுக் கட்சிகளது கொள்கையையும் போர்த் தந்திரத்தையும் வகுத்தமைத்துக் கொள்வதற்கான அடிப் படைக் கோட்பாடுகளை இந்தத் தீர்மானங்கள் தெளிவு படுத்துகின்றன. தத்துவம், நடைமுறை இவற்றின் ஒற்றுமை; அந்தந்த தருணத்தின் தேவைகளை சாத்தியமான முழு அளவுக்குப் பிரதிபலிக்கும் பணிகளையும் கோஷங்களையும் நிர்ணயித்துக் கொள்ளுதல்; எதார்த்தப் புறநிலை மாறு வதைத் தொடர்ந்து காலாகாலத்தில் கோஷங்களை மாற்றிக் கொள்ளுதல்; போர்த்தந்திரம் நெகிழ்வுத் தன்மை வாய்ந்ததாக இருத்தல், அந்தந்தக் கட்டத்திலும், வர்க்க சக்திகளது அந்தந்தப் பரஸ்பர நிலையிலும் மிகவும் பயனுள்ள போராட்ட வடிவங்களையும் முறைகளையும் தேர்வு செய்து கொள்வதற்கான ஆற்றலைப் பெற்றிருத்தல் ஆகியவை இந்தக் கோட்பாடுகளில் அடங்கும்.

- கம்யூனிஸ்டு அகிலம் தேசிய இன, காலனிப் பிரச்சினை பற்றிய லெனினிய போதனையை மேலும் வளர்த்து ஸ்தூல மாக்கியது, ஏகாதி பத்தியக் காலனியாதிக்கவாதிகளுக்கு எதிரான போராட்டத்தின் வளர்ச்சி வாய்ப்புகளையும் இந்தப் போராட்டத்தில் விடுதலை சக்திகளுக்குள்ள பணிகளையும் வரையறுத்தது.

லெனினது வழிகாட்டலிலும், அவருக்குப் பிற்பாடு அவரது கருத்துகளை வளர்த்துச் செல்வதன் மூலமும் கம்யூனிஸ்டு அகிலம், கம்யூனிஸ்டுகளது கொள்கை, ஆதாரநெறி, போர்த்தந்திரம் பற்றிய பிரச்சினைகள் குறித்து அடிப்படையான முடிவுகளை எடுத்துரைத்தது:

(1) தொழிலாளி வர்க்கத்தினரில் பெரும்பான்மையோரைப் புரட்சியின் தரப்புக்கு வரும்படி ஈர்த்துக் கொள்ளுதல், முதலாளித்துவத்தின் அடியாதாரங்களின் மீது தீர்மான கரமான தாக்குதலுக்குப் பிரதானமானதொரு முன்னனி பந்தனையாகும்;

(2) தொழிலாளி வர்க்க இயக்கத்தில் பிளவை அகற்றுதலும், இயக்கத்தின் ஒற்றுமையை அந்தந்த நாட்டிலும் அந்தந்த கட்டத்திலும் போராட்டத்தின் பிரத்தியே நிலைமைகளுக்கு ஏற்ற வடிவங்களில் (தொழிலாளர் கூட்டு முன்னணி, ஒன்று பட்ட தொழில் துறை, தேச, சர்வதேச தொழிற்சங்க இயக்கங்கள், பொதுவான அல்லது குறிப்பிட்ட பிரச்சினை களிலான செயல் ஒற்றுமை முதலாதனவை) கட்டி யமைத்தலும்;

(3) ஒவ்வொரு முதலாளித்துவ நாட்டிலும் தொழிலாளி வர்க்கத்துக்கும் விவசாயிகளுக்கும் இடையிலும், உழைப் பாளி மக்களது எல்லாப் பகுதிகளுக்கு இடையிலும், மேற் கூறியது போலவே பிரத்தியேகச் சூழ்நிலையின் தேவைகளுக்கு ஏற்ற வடிவங்களில் (மக்கள் முன்னணி, ஏகபோக - எதிர்ப்பு முன்னணி, இடதுசாரி சக்திகளது கூட்டணி, இன்ன பிற வடிவங்களில்) கூட்டணியைக் கட்டியமைத்தல்;

(4) தேச சுயேச்சைக்காகவும் சமூக முன்னேற்றத்துக்காகவும் போராடும் நாடுகளில் எல்லா தேசபக்த, ஏகாதிபத்திய - எதிர்ப்பு சக்திகளது ஒற்றுமையை (ஏகாதிபத்திய - எதிர்ப்புக் கூட்டு முன்னணி) உறுதி செய்தல்;

(5) உலகப் புரட்சியின் எல்லா உட்கூறுகளுக்கும் - வெற்றி வாகை சூடிய பாட்டாளி வர்க்கத்தின் நாடு, முதலாளித்துவ நாடு களிலான புரட்சி இயக்கம், ஒடுக்கப்பட்ட நாடுகளின் மக்களது விடுதலைப் போராட்டம் - இடையிலுமான செயல் ஒற்றுமையை உறுதி செய்தல்;

(6) ஆக்க வழிப்பட்ட மார்க்சிய - லெனினியத்தின் அடிப் படையில் கம்யூனிஸ்டுக் கட்சிகளைச் சித்தாந்த வழியிலும் அரசியல் வழியிலும் நிறுவன வழியிலும் வலிமையுறச் செய்தல்; எல்லா விதமான சந்தர்ப்பவாதத்தையும் வறட்டுச் சூத்திரவாதத்தையும் வைராக்கியமாய் எதிர்த்துச் சமாளித்தல்; தேச அளவிலும் சர்வதேச அளவிலும் கம்யூனிஸ்டுகளிடையே உறுதி வாய்ந்த ஒற்றுமை அமைத்தல்.

கம்யூனிஸ்டு அகிலத்தின் - லெனினிய மரபுகளை அடிப்படையாகக் கொண்டதும், தவறுகளும் அகநிலைவாதமும் களையப்பட்டதுமாகிய - பன்முகப்பட்ட வரலாற்று, தத்தவ, அரசியல் அனுபவம், தலையாய சித்தாந்த மதிப்புடையதாகும்; இது இக்காலத்துக் கம்யூனிஸ்டு இயக்கம் அனைத்துக்கும் தேச சுயேச்சைக்கும் சோஷலிசத்துக்கும் கம்யூனிசத்துக்குமாகிய போராட்டத்தின் மகத்தான இலட்சியத்துக்குச் சேவை புரிகிறது.

நாம் வாழும் இக்காலத்தின் மிகுந்த செல்வாக்கு படைத்த அரசியல் சக்தியாகக் கம்யூனிஸ்டு இயக்கம் வளர்ந்திருக்கிறது. சர்வதேசப் பாட்டாளி வர்க்கத்தின் படைப்பாகிய உலக சோஷலிச அமைப்பு உலக வரலாற்றை நாளுக்கு நாள் மேலும் மேலும் வலுவான முறையில் உந்தித் தள்ளுகிறது. முதலாளித்துவ உலகின் கம்யூனிஸ்டுக் கட்சிகள் ஆற்றும் தேச அரசியல் பங்கு தொடர்ந்து மேலும் மேலும் செயல் வன்மை வாய்ந்ததாகிச் செல்கிறது. இந்தப் புதிய நிலைமைகளில் தொழிலாளி வர்க்க இயக்கத்தில் வலுவான, விரிவான சர்வதேசத் தொடர்புகளும், ஏகாதிபத்தியத்தை எதிர்த்துப் போராடுவதிலும் சமாதானத்தை உறுதி பெறச் செய்வது சம்பந்தமான அவசரப் பணிகளைச் செய்து முடிப்பதிலும் ஜனநாயத்தைப் பாதுகாப்பதிலும் விரிவாக்கிச் செல்வதிலும் சோஷலிசத்தை நோக்கி முன்னேறுவதிலும் கம்யூனிஸ்டுக் கட்சிகளது செயல் ஒற்றுமையும் முன்னிலும் அதிக அளவுக்குத் தேவைப் படுகின்றன.

ஒவ்வொரு கட்சியும் பொதுவான சர்வதேசப் பணிகளைச் செய்து முடிப்பதில் பங்கெடுத்துக் கொள்கிறது; ஒவ்வொரு கட்சியும் தொழிலாளி வர்க்கத்துக்கும் அதன் தேச மக்களுக்கும் சர்வதேசத் தொழிலாளி வர்க்கத்துக்கும் கம்யூனிஸ்டு இயக்கம் அனைத்துக்கும் பொறுப்புடையதாகும்.

கம்யூனிஸ்டு அகிலம் கலைக்கப்பட்டதானது, சர்வதேசப் பிணைப்புகளுக்கான பழைய வடிவங்கள், ஒரே மையத்தின் கட்டுக்கோப்புக்கு உட்பட்ட இந்த வடிவங்கள், உலர்ந்து உதிர்ந்துவிட்டதைக் குறிப்பிட்டது. புரட்சிப் போக்கானது வளர்வதைத் தொடர்ந்து, சர்வதேசப் பிணைப்புகளுக்கான புதிய வடிவங்கள், இக்கட்சிகளது கூடுதலான சுயேச்சையையும் இவற்றின் அதிக அளவிலான வரலாற்றுப் பொறுப்பினையும் பிரதிபலிக்கும் புதிய வடிவங்கள் இடையறாது உருவாகி எழுகின்றன. அனுபவப் பரிமாற்றங்கள், பொதுக் கருத்துக்குரிய பிரச்சினைகள் குறித்து இருதரப்பு, பலதரப்புக் கூட்டங்களும் கலந்தாய்வுகளும், ஐரோப்பிய சோஷலிச நாடுகளது கம்யூனிஸ்டுக் கட்சிகளின் மண்டல மாநாடுகள், முதலாளித்துவ நாடுகளது

கம்யூனிஸ்டுக் கட்சிகளது அனைத்து ஐரோப்பிய, லத்தீன் அமெரிக்க மாநாடுகள் - தொடர்புகளுக்கான இந்த எல்லா வடிவங்களும் விரிவும் வீச்சும் பெற்றுள்ளன.

இன்றைய நிலைமைகளில் கம்யூனிஸ்டுக் கட்சிகளது சர்வதேசக் கூட்டங்கள்தான் சர்வதேசப் பிணைப்புகளுக்கான மிக உயர்ந்த வடிவம். இம்மாதிரியான கூட்டங்கள் மூன்று முறை-1957லும் 1960லும்-1969லும்- நடைபெற்றிருக்கின்றன. இந்தக் கூட்டங்களில் கூட்டு முயற்சியின் மூலம் உலகக் கம்யூனிஸ்டு இயக்கத்தின் பொதுக் கொள்கை நெறி வகுத்தமைக்கப்பட்டது; சர்வதேசத் தொழிலாளர் இயக்கம், சமாதானப் போராட்டம், ஜனநாயகத்துக்கும் தேசிய சுயேச்சை வாழ்வுக்கும் சோஷலிசத்துக்குமாகிய போராட்டம் ஆகியவற்றின் பிரதான பணிகள் நிர்ணயிக்கப்பட்டன. மார்க்சிய - லெனினியக் கோட்பாடுகளின் அடிப்படையில் உலகக் கம்யூனிஸ்டு இயக்கத்தின் ஒற்றுமையையும் ஒருங்கிணைவையும் பலப்படுத்துவதில் 1969ஆம் ஆண்டு மாநாட்டில் பெரிய முன்னேற்ற அடி எடுத்து வைக்கப்பட்டது.

பொதுப் பகையாகிய ஏகாதிபத்தியத்துக்கும் பிற்போக்குக்கும் எதிரான போராட்டத்தில் சோதர மார்க்சிய - லெனினியக் கட்சிகளது சர்வதேச ஒருமைப்பாடும், உடன்பாட்டுக்குரிய நிலைகளை ஏற்றலும், கூட்டான செயல்களும், பொதுவான சர்வதேச இயக்கங்களை நடத்தலும், இருதரப்பு, பலதரப்பு அடிப்படையில் கம்யூனிஸ்டுக் கட்சிகளிடையே ஒத்துழைப்பை வளர்த்துச் செல்லுதலும்தான் உலகக் கம்யூனிஸ்டு இயக்கத்தினுடைய பலத்தின் பிரதான ஊற்றுக் கண்களாகும்.

* * *